INSIGHT PUBLICA

INSIGHT PUBLICA®
Nadakkavu, Kozhikode, Kerala
Tel:0495–4020666
www.insightpublica.com
e-mail: insightpublica@gmail.com
Akkaraipath
Mujeeb Rahman Kinalur
(Travelogue-Malayalam)
First Edition: March 2021

ISBN 978-93-90535-90-3

അക്കരെപ്പത്ത്

യാത്ര

മുജീബ് റഹ്മാൻ കിനാലൂർ

INSIGHT PUBLICA®

കോഴിക്കോട് ജില്ലയിലെ കിനാലൂരിൽ 1972 മേയ് 1 ന് ജനനം. പിതാവ് പരേതനായ എൻ അഹമ്മദ് കോയ. മാതാവ്: കെ കെ ഫാത്വിമ. 1993 ൽ കോഴിക്കോട് സർവകലാശാലയിൽ നിന്ന് ബിരുദവും 1999 ൽ അലിഗർ മുസ്ലിം സർവകലാശാലയിൽ നിന്ന് അറബി സാഹിത്യത്തിൽ ബിരുദാനന്തര ബിരുദവും നേടി. 1991 മുതൽ വിവിധ പത്ര മാധ്യമങ്ങളിൽ പ്രവർത്തിച്ചു. ഇപ്പോൾ സർക്കാർ ഹൈസ്കൂളിൽ അധ്യാപകനാണ്. ഭാര്യ: സലീന. മക്കൾ: ഹിബ, ഹദിയ, ഹാദി നജ .

പ്രധാന കൃതികൾ: മത മൈത്രിയും കേരള മുസ്ലിംകളും (2002), ചേകന്നൂർ അകവും പുറവും (2003), അമേരിക്കൻ സാമ്രാജ്യത്വം അനീതിയുടെ ലോക വാഴ്ച, ആധുനികതയും മുസ്ലിം നവോത്ഥാനവും (2010), അമേരിക്ക ബഹുവർണ ചിത്രങ്ങൾ-യാത്രാനുഭവം(2012), വംശവെറിയുടെ രാഷ്ട്രീയം (2015), വക്കം മൗലവിയുടെ ജീവചരിത്രം (2017). കോവിഡ് കാലം അനന്തര ലോകം (2020)

email: kinalur@gmail.com
phone: 9847616278

മുജീബ് റഹ്മാൻ കിനാലൂർ

മുൻവാക്ക്

ശ്രീലങ്ക എന്ന രാജ്യം ചെറുപ്പം മുതൽക്കേ മനസ്സിൽ കയറിയിട്ടുണ്ടായിരുന്നു.

സിലോണിലെ നിലയത്തിൽ നിന്ന് മലയാളം, ഹിന്ദി സിനിമാ ഗാനങ്ങൾ കേൾക്കാത്തവർ എന്റെ തലമുറയിൽ ഉണ്ടാകില്ല. അന്ന് മലയാളം ഗാനങ്ങൾ സംപ്രേഷണം ചെയ്യുന്ന ഈ നിലയം ഇന്ത്യക്ക് വെളിയിൽ ആണെന്ന് അറിയുമായിരുന്നില്ല.

എനിക്ക് മുന്നേയുള്ള തലമുറക്ക് സിലോൺ ഒരു സ്വപ്ന ദേശമായിരുന്നു. നാല് കാശ് സമ്പാദിച്ച് ജീവിതം കരുപ്പിടിപ്പിക്കാൻ എങ്ങനെയെങ്കിലും സിലോണിലേക്ക് കുടിയേറാൻ ആശിച്ച് നടന്ന ഒരു തലമുറയായിരുന്നു അത്.

അന്ന് ഗൾഫിലേക്കുള്ള കുടിയേറ്റം ആരംഭിച്ചിട്ടുണ്ടായിരുന്നില്ല.

സ്വപ്ന ദേശമായ സിലോൺ, സ്വാതന്ത്ര്യം നേടി ശ്രീലങ്ക ആയതോടെ ചിത്രം മാറുകയായിരുന്നു. എന്റെ കോളജ് പഠന കാലത്ത് പത്രങ്ങളുടെ ആദ്യ പേജുകളിൽ മിക്കവാറും ദിവസങ്ങളിൽ ശ്രീലങ്കയിൽ നടക്കുന്ന ആഭ്യന്തര യുദ്ധത്തിന്റെ പേടിപ്പെടുത്തുന്ന വാർത്തകൾ ഉണ്ടാകുമായിരുന്നു.

കൊളമ്പോ, ജാഫ്ന, മുല്ലത്തീവ്, പുത്തലം തുടങ്ങിയ ലങ്കയിലെ പ്രദേശങ്ങളുടെ പേരുകൾ പത്രങ്ങളിൽ നിരന്തരം വന്നുകൊണ്ടിരുന്നു. പിന്നീട് തമിഴ് പുലികൾ, പ്രഭാകരൻ തുടങ്ങിയ പേരുകൾ ഭയപ്പെടുത്തി കൊണ്ടിരുന്നു. ശ്രീലങ്കയിലെ ആഭ്യന്തര യുദ്ധം അവസാനിപ്പിക്കാൻ ഇന്ത്യ സൈന്യത്തെ അയച്ചതോടെ, ഇന്ത്യൻ

മാധ്യമങ്ങളിൽ ശ്രീലങ്കൻ പ്രശ്നം സജീവമായി തന്നെ നില നിന്നു.

ജീവിതത്തിൽ യാത്രകൾക്ക് വലിയ പ്രാധാന്യം വന്നതോടെ സ്വപ്നഭൂമിയും പിന്നീട് ഭീതിദേശവുമായി മാറിമറഞ്ഞ ശ്രീലങ്ക കാണണമെന്ന് മോഹമുദിച്ചു. തായ്‌ലന്റിൽ നടന്ന ഒരു ക്യാമ്പിൽ വെച്ച് ചില ലങ്കൻ സുഹൃത്തുക്കളെ കിട്ടിയതോടെ, ഒരിക്കൽ അവിടെ പോകണം എന്നു ഉറപ്പിക്കുകയും ചെയ്തു.

2017 ലാണ് ആ മോഹം യാഥാർത്ഥ്യമായത്. സുഹൃത്തായ വി കെ ഹാരിസും കൂടെയുണ്ടായിരുന്നു.

ഒരു ഡസണിലധികം രാജ്യങ്ങൾ ഇതിനകം സന്ദർശിക്കാൻ എനിക്ക് സാധിച്ചിട്ടുണ്ട്. വിനോദ സഞ്ചാരം എന്ന നിലയിലല്ല എന്റെ യാത്രകൾ. സ്ഥലങ്ങൾ കാണുക, ഉല്ലസിക്കുക എന്നതിലുപരി സന്ദർശിക്കുന്ന രാജ്യങ്ങളിലെ ജനജീവിതം, സംസ്കാര സവിശേഷതകൾ, ഭക്ഷണം, രാഷ്ട്രീയ ചരിത്രം തുടങ്ങിയവയാണ് എന്നെ ആകർഷിക്കാറുള്ളത്.

ശ്രീലങ്കൻ യാത്രയിൽ, കോളമ്പോ നഗരത്തിന് കേരളവുമായി, വിശിഷ്യാ മലബാറുമായി ഉണ്ടായിരുന്ന സാംസ്കാരിക ബന്ധങ്ങളെ അന്വേഷിച്ചറിയുക പ്രധാന ലക്ഷ്യമായിരുന്നു.

മലയാളികൾക്ക് അത്രയൊന്നും സുപരിചിതമല്ലാത്ത കുടിയേറ്റത്തിന്റെ ആദ്യകാല ചിത്രങ്ങൾ ഈ അന്വേഷണങ്ങളിലൂടെ ലഭിക്കുകയുണ്ടായി. പുസ്തകത്തിന്റെ ആദ്യ അധ്യായങ്ങളിൽ ആ അന്വേഷണമാണ് വിവരിക്കുന്നത്.

ആഭ്യന്തര കലാപം തകർത്ത ലങ്കയുടെ ദേശങ്ങളും അവിടെയുള്ള ജനത ഇപ്പോൾ അനുഭവിക്കുന്ന സംഘർഷങ്ങളുമാണ് ഈ യാത്രയിലൂടെ കാണാൻ ശ്രമിക്കുന്ന മറ്റൊരു കാര്യം. യാത്രയിൽ വെച്ച് കണ്ടു മുട്ടിയ ആഭ്യന്തര യുദ്ധത്തിന്റെ ഇരകളുടെയും അഭയാർഥികളുടെയും ഇപ്പോഴത്തെ ജീവിതാവസ്ഥകൾ പകർത്തി വെക്കാൻ ശ്രമിച്ചിട്ടുണ്ട്.

ഇതിനു പുറമേ, അനുരാധപുര, കാൻഡി, മുല്ലത്തീവ്, അക്കരൈപത്ത് തുടങ്ങിയ പ്രദേശങ്ങളിലെ രസകരമായ കാഴ്ചകളും അനുഭവങ്ങളും പങ്ക് വെച്ചിട്ടുണ്ട്. വസ്തുതാ വിവരണങ്ങൾക്കല്ല; അനുഭവ വിവരണങ്ങൾക്കാണ് ഞാൻ ശ്രദ്ധ നൽകിയിട്ടുള്ളത്. യാത്രയും സഞ്ചാര സാഹിത്യവും ഇഷ്ടപ്പെടുന്ന വായനക്കാർക്ക് പ്രതീക്ഷയോടെ ഇത് സമർപ്പിക്കുന്നു. ഈ പുസ്തകം പ്രസിദ്ധീകരിക്കാൻ സന്നദ്ധമായ ഇൻസൈറ്റ് പബ്ലിക്കയ്ക്ക് എന്റെ മനം നിറഞ്ഞ നന്ദി.

മുജീബ് റഹ്മാൻ കിനാലൂർ

ഉള്ളടക്കം

കൊളംബിലെ
മലയാള മുദ്രകൾ

വിദേശയാത്രകളിൽ പരിചയപ്പെടുന്ന പല സുഹൃത്തുക്കളെയും നമ്മൾ ഇന്ത്യയിലേക്ക് ക്ഷണിക്കും. അത് കേവലം ഉപചാരത്തിനു ക്ഷണിക്കുന്നതാകണമെന്നൊന്നുമില്ല. നമ്മോട് സ്നേഹം കാണിക്കുകയും സഹായിക്കുകയും ചെയ്യുന്നവരെ നമ്മുടെ നാട്ടിൽ സ്വീകരിക്കാനും അവരെ സൽക്കരിക്കാനുമൊക്കെ ആശ തോന്നുക സ്വാഭാവികമാണ്.

എന്നാൽ ഇന്ത്യയുടെ തെക്കേ അറ്റത്ത് ജീവിക്കുന്ന മലയാളികൾക്ക് പലപ്പോഴും ആ വാക്ക് പാലിക്കാൻ പറ്റില്ല. ഡൽഹിയിലോ കൊൽക്കത്തയിലോ വരുന്നവരെ കാണാൻ അവർ ഇന്ത്യയിലെത്തുന്നതില്പമധികം കഷ്ടപ്പെടേണ്ടിവരും നമുക്ക്. അത് അവർക്ക് ബോധ്യമാവുക വന്നു കഴിഞ്ഞ ശേഷം മാത്രമാകും.

ശീനി മുഹമ്മദ് അലിഫ് എത്രയോ കാലമായി ശ്രീലങ്കയിലേക്ക് ക്ഷണിക്കുന്നു.

പത്ത് വർഷത്തോളമായുള്ള സൗഹൃദമാണ്.

ശ്രീലങ്കക്കാരനായ കോളജ് പ്രഫസർ എന്നതിലപ്പുറം ശീനിയുടെ വിശദമായ വിലാസമൊന്നും മനസ്സിൽ കുറിച്ചുവെച്ചിട്ടുമുണ്ടായിരുന്നില്ല.

കൊളംബോയിൽ വിമാനം ഇറങ്ങിയ ശേഷമാണ് ശീനിയുടെ സ്വദേശം തലസ്ഥാനത്തുനിന്ന് വളരെ ദൂരെ മാറിയാണെന്ന് അറിയുന്നത്. അവന് അന്ന് കൊളംബോയിൽ എത്താൻ സാധിച്ചിരുന്നില്ല.

മുൻക്കൂട്ടിയുള്ള തയാറെടുപ്പില്ലാതെ അത്രദൂരം യാത്ര ചെയ്ത് അവിടെ എത്താൻ ബുദ്ധിമുട്ടാണെന്ന് പിന്നീട് ബോധ്യമാവുകയും ചെയ്തു.

പക്ഷേ, ശീനി ഞങ്ങളെ സഹായിക്കാൻ കസിനായ നജീബിനെ ഏർപ്പാടാക്കിയിരുന്നു.

സെക്രേട്ടറിയറ്റിൽ ഉദ്യോഗസ്ഥനായ നജീബ് കൊളംബോയിൽ ആയിരുന്നു താൽക്കാലിക താമസം.

നജീബാണ് വൈ.എം.സി.എയിൽ താമസിക്കാം എന്ന് നിർദേശിച്ചത്.

കൂടുതൽ സൗകര്യങ്ങൾ ഒന്നുമില്ലെങ്കിലും കൊളംബോ നഗരത്തിന്റെ ഹൃദയഭാഗത്തുള്ള ആ ഗസ്റ്റ് ഹൗസ് സഞ്ചാരികൾ എന്ന നിലയിൽ ഞങ്ങൾക്ക് ധാരാളമായിരുന്നു.

എങ്ങോട്ടും പോകാനുള്ള ഗതാഗത സൗകര്യം,

തൊട്ടു താഴെ റസ്റ്റാറന്റ്,

നടന്നെത്താവുന്ന ദൂരത്ത് കടൽത്തീരം

ഇങ്ങനെ പല കാരണങ്ങൾകൊണ്ട് താമസം വൈ.എം.സി.എ ഗസ്റ്റ് ഹൗസ് തന്നെ മതി എന്ന് ഞങ്ങളങ്ങ് തീരുമാനിച്ചു.

സന്ധ്യയായിരുന്നു.

പുറത്തിറങ്ങി വരാം എന്ന് നജീബ് പറഞ്ഞു.

രാത്രി ഭക്ഷണം കഴിക്കണം.

ഇന്ത്യൻ രൂപ എക്സ്ചേഞ്ച് ചെയ്യണം.

ശ്രീലങ്കൻ സിം കാർഡ് വാങ്ങണം.

ഏതായാലും പുറത്തൊക്കെ കറങ്ങിവരാം എന്ന് ഞങ്ങളും തീരുമാനിച്ചു.

ഞാനും ഹാരിസും നജീബുമായി വർത്തമാനം പറഞ്ഞു.

വാസ്തവത്തിൽ വ്യക്തമായ പ്ലാനൊന്നുമില്ലാതെയാണ് ഞങ്ങൾ കൊളംബോയിൽ എത്തിയിരുന്നത്. ശീനിയുണ്ടല്ലോ എന്ന ധൈര്യമായിരുന്നു എനിക്ക്. ഇനിയിപ്പോൾ ഒന്ന് രണ്ട് ദിവസം കൊളംബോയിൽ തങ്ങി ചുറ്റിക്കറങ്ങാം. അപ്പോഴേക്കും ഒരു രൂപരേഖ ഉണ്ടാക്കാം എന്ന് ഞാൻ കരുതി.

കേവലം ഒരു ടൂർ എന്നതിലപ്പുറം മലബാർ- സിലോൺ ബന്ധത്തിന്റെ ചരിത്രശേഷിപ്പുകൾ തേടുന്ന ഒരന്വേഷണം ഈ യാത്രയുടെ ഒരു പ്രധാന ലക്ഷ്യമായി ഞങ്ങൾ കുറിച്ചുവെച്ചിരുന്നു.

ഭക്ഷണം കഴിച്ച് ഞങ്ങൾ കടൽതീരത്തേക്ക് നടന്നു.

വൃത്തിയുള്ള റോഡുകൾ.

മനോഹരമായ കെട്ടിടങ്ങൾ.

ബീച്ചിനു സമീപമുള്ള ഹോട്ടലുകളിൽ പാർട്ടി നടക്കുകയാണെന്ന് തോന്നുന്നു.

വിലപിടിപ്പുള്ള കാറുകളിൽ നിന്നിറങ്ങി അണിഞ്ഞൊരുങ്ങിയ സ്ത്രീ പുരുഷന്മാർ ഹോട്ടലുകളിലേക്ക് കയറിപ്പോകുന്നു.

"നോക്കൂ, ആ കാണുന്നത്ര ദൂരം മണ്ണിട്ട് നികത്തിയിരിക്കുകയാണ്. കൂറ്റൻ മാളുകളും കെട്ടിടങ്ങളുമാണ് ഇവിടെ വരുന്നത്"

കണ്ണെത്താ ദൂരം നികത്തിയ കടൽ ചൂണ്ടി നജീബ് പറഞ്ഞു.

രാത്രിയിലും നിർമാണ ജോലികൾ ദ്രുതഗതിയിൽ നടക്കുന്നുണ്ടായിരുന്നു.

"സർക്കാർ ആണോ കടൽ നികത്തിയുള്ള വികസന പ്രവർത്തനങ്ങൾ നടത്തുന്നത്?"- ഞാൻ ചോദിച്ചു.

"അല്ല. ചൈനയുടെ പ്രോപർട്ടി ആണിത്. ശ്രീലങ്കയുമായി ഉണ്ടാക്കിയ കരാറിനെ തുടർന്നാണ് ഈ പദ്ധതി. ചൈനയുമായി 110 കോടി ഡോളറിന്റെ തുറമുഖ കരാറിലാണ് ശ്രീലങ്ക ഒപ്പുവെച്ചിരുന്നത്. കരാർ പ്രകാരം ചൈനീസ് സർക്കാർ ഉടമസ്ഥതയിലുള്ള കമ്പനിക്ക് 99 വർഷത്തേക്ക് തുറമുഖം പാട്ടത്തിനു നൽകും. തുറമുഖത്തിനു ചുറ്റുമുള്ള 15,000 ഏക്കർ പ്രദേശം വ്യവസായമേഖലയായി പ്രഖ്യാപിക്കുമെന്നാണ് പറയുന്നത്.

വടക്കൻ ശ്രീലങ്കയിലെ ഹംബൻടോട തുറമുഖവുമായി ബന്ധപ്പെട്ട കരാറാണിത്. ചൈനക്കും യൂറോപ്പിനും ഇടയിലുള്ള പുതിയ പട്ടുപാതയാണ് കൊളംബോയുമായുള്ള തുറമുഖ പദ്ധതി സഹകരണത്തിലൂടെ ചൈന ലക്ഷ്യം വെക്കുന്നത്. ഏഷ്യക്കും യൂറോപ്പിനും ഇടക്കുള്ള പ്രധാന കപ്പൽപാതയിലാണ് തുറമുഖം."

"ഇത് ശ്രീലങ്കയുടേ രാജ്യാന്തര നയങ്ങളെ ബാധിക്കുമല്ലോ, അപ്പോൾ?"- ഞാൻ ചോദിച്ചു.

"ഇന്ത്യൻ മഹാസമുദ്രത്തിലാണ് ഹംബൻടോട തുറമുഖം. ചൈനയുടെ വൺ ബെൽറ്റ് വൺ റോഡ് പദ്ധതിക്ക് ചൈനയുടെ പുതിയ പങ്കാളിത്തം സഹായകരമാകുമെന്നാണ് കരുതുന്നത്. ചൈനീസ് നാവിക സേന തുറമുഖത്തെ നാവിക താവളമാക്കാമെന്ന ആശങ്കയും ശക്തമായുണ്ട്."

നജീബ് തുടർന്നു:

"തീരപ്രദേശത്തെ ആയിരക്കണക്കിന് കുടുംബങ്ങളെ കുടിയൊഴിപ്പിക്കാതെ ഈ പദ്ധതി നടപ്പാക്കാനാകില്ല. ഇതിനെതിരെ ജനങ്ങൾ പ്രതിഷേധിക്കുന്നുണ്ട്. മാത്രമല്ല, തന്ത്രപ്രാധാന്യമുള്ള ശ്രീലങ്കൻ തീരത്ത് ചൈനക്ക് ഇങ്ങനെ ഒരു പദ്ധതി അനുവദിച്ചതിൽ ഇന്ത്യക്ക് പ്രതിഷേധമുണ്ട്."

ഇന്ത്യ- ചൈന വിദേശനയം മോശമാകുന്ന സമകാലിക സാഹചര്യത്തിൽ വാണിജ്യ താൽപര്യത്തിനപ്പുറം സുപ്രധാനമായ രാഷ്ട്രീയ ലക്ഷ്യങ്ങൾ ഈ പദ്ധതിയിലൂടെ അവർ വിഭാവനം ചെയ്യുന്നുണ്ടാവണം. വിദൂരങ്ങളിൽ നങ്കൂരമിട്ട വൻ കപ്പലുകളിലെ വെട്ടം കടലിൽ കലങ്ങുന്നത് നോക്കി കുറെ നേരമിരുന്നു ഞങ്ങൾ.

മലബാരികളുടെ വരവ്

കേരളത്തിന്റെ ഉൾനാട്ടുകളിൽപോലും ഹോട്ടലുകൾക്കും ലോഡ്ജുകൾക്കും തുണിക്കടകൾക്കും മറ്റും സിലോൺ, കൊളംബോ എന്നൊക്കെ പേരുണ്ട്.

ഇപ്പോഴും അത്തരം പേരുകളുടെ ശേഷിപ്പ് കാണാം.

അതിന്റെ ചരിത്രം തേടിപ്പോയാൽ, ശ്രീലങ്കയിലേക്ക് അഥവാ പഴയ സിലോണിലേക്ക് കുടിയേറിയ ഏതെങ്കിലും പ്രവാസിയിലാകും ചെന്നെത്തുക.

നമ്മുടെ കഥകളിലും സാഹിത്യങ്ങളിലും കൊളംബിലേക്ക് തൊഴിൽ തേടിപ്പോയവരെ കുറിച്ചുള്ള ആഖ്യാനങ്ങൾ ധാരാളമുണ്ട്.

സിലോൺ എന്ന മനോഹര ദ്വീപ് പ്രാചീനകാലംതൊട്ട് തന്നെ വ്യാപാര, വ്യവസായ രംഗത്ത് ലോക പ്രശസ്തമായിരുന്നു.

അറേബ്യയിൽനിന്നുള്ള ഒരു പറ്റം വണിക്കുകൾ സിലോണിലേക്ക് പോകുന്ന വഴിയിൽ കൊടുങ്ങല്ലൂരിൽ കപ്പൽ ഇറങ്ങുകയും ചേരമാൻ പെരുമാളിനെ സന്ദർശിക്കുകയും അദ്ദേഹം അവിടെ മുസ്ലിം പള്ളി പണിയാൻ അനുവാദം നൽകുകയും ചെയ്തതായി ചരിത്രത്തിലുണ്ട്. ഏഴാം നൂറ്റാണ്ടിലായിരുന്നു ഈ സംഭവം എന്നാണ് അനുമാനം. അത് ശരിയാണെങ്കിൽ അക്കാലത്ത് തന്നെ സിലോൺ ലോക പ്രശസ്തമാണെന്ന് കരുതണമല്ലോ.

ശ്രീലങ്കയെ പറ്റി കൗതുകകരമായ ഐതിഹ്യങ്ങൾ പലതുമുണ്ട്.

മനുഷ്യപിതാവായ ആദം സ്വർഗത്തിൽനിന്ന് പുറത്താക്കപ്പെട്ട് ഭൂമിയിൽ ആദ്യമായി എത്തിയത് ശ്രീലങ്കയിൽ ആയിരുന്നു എന്നതാണ് രസകരമായ ഒരു കഥ.

ആദിമ മനുഷ്യൻ ശ്രീലങ്കയിലുള്ള ആദം പർവതത്തിലാണ് വന്നിറങ്ങിയതെന്ന ഒരു ഐതിഹ്യവുമുണ്ട്.

ശറന്ദീബിലെ (പഴയ കാലത്ത് ശ്രീലങ്കക്ക് അറബിയിൽ വിളിച്ചിരുന്ന പേർ) ആദം മലയിലുള്ള കാൽപാടുകൾ ആദം നബിയുടേതാണെന്ന് മുസ്ലിംകളിൽ ചിലർ വിശ്വസിക്കുന്നു. ഖുർആനിലോ നബി വചനങ്ങളിലോ ആധികാരിക ചരിത്രങ്ങളിലോ ഇങ്ങനെ ഒരു പരാമർശമില്ലെങ്കിലും ഇപ്പോഴും ഇങ്ങനെ ഒരു വിശ്വാസം നിലനിൽക്കുന്നു.

അതേസമയം, ഈ കാലടികളെ കുറിച്ച് വേറെയും വിശ്വാസങ്ങളുണ്ട്. ഇത് ശിവന്റെ കാലടികൾ ആണെന്ന് ഹിന്ദുക്കൾക്കിടയിലും തോമാ ശ്ലീഹയുടേതാണെന്ന് ക്രിസ്ത്യാനികൾക്കിടയിലും ബുദ്ധന്റേതാണെന്ന് ബുദ്ധ വിശ്വാസികൾക്കിടയിലും ഐതിഹ്യങ്ങളുണ്ട്.

വിശ്വാസങ്ങൾ തെറ്റാകട്ടെ,ശരിയാകട്ടെ ഈ രാജ്യനാമം പ്രശസ്തമായി തീരാൻ ഇത്തരം ഐതിഹ്യങ്ങൾ കാരണമായി എന്ന് കരുതാം.

പതിനാറാം നൂറ്റാണ്ടിൽ പൊന്നാനിയിൽ ജീവിച്ച സൈനുദ്ദീൻ മഖ്ദൂമിന്റെ 'തുഹ്ഫത്തുൽ മുജാഹിദീൻ' എന്ന കൃതിയിൽ അറബികൾ സിലോണിലേക്ക് പോകുന്ന വഴിയിൽ കൊടുങ്ങല്ലൂരിൽ കപ്പലിറങ്ങിയതായി പറയുന്നുണ്ട്.

അതിനർഥം, അക്കാലത്തുതന്നെ സിലോൺ മലബാറിൽ അറിയപ്പെട്ടിരുന്നു എന്നാണ്.

സിലോൺ എന്ന പേർ മലയാളികളുടെ ഓർമയിൽ സജീവമാക്കി നിർത്തിയ മറ്റൊരു ഘടകം ഒരുകാലത്ത് തരംഗമായിരുന്ന സിലോൺ റേഡിയോ ആണ്.

ഏഷ്യയിലെ തന്നെ ഏറ്റവും പഴഞമുള്ള റേഡിയോ നിലയമാണ് സിലോൺ ബ്രോഡ്കാസ്റ്റിങ് കോർപറേഷൻ (സി.ബി.സി). ഒന്നാം ലോക യുദ്ധകാലത്ത് ഉപേക്ഷിക്കപ്പെട്ട ഒരു ജർമൻ അന്തർവാഹിനിയിൽനിന്ന് കണ്ടുകിട്ടിയ ട്രാൻസ്മിറ്ററുകൾ ഉപയോഗിച്ച് 1925 ഡിസംബർ 16ന് സെൻട്രൽ ടെലിഗ്രാഫ് ഓഫിസിലെ ഒരു കൊച്ചുമുറിയിൽ ആരംഭിച്ച കൊളംബോ റേഡിയോ പിന്നീട് റേഡിയോ സിലോൺ ആയി മാറുകയായിരുന്നു.

കൊളംബോയിൽ മലയാളി കുടിയേറ്റ സമൂഹം നിലവിൽ വന്നതോടെ സിലോൺ റേഡിയോ മലയാളത്തിലുള്ള പരിപാടികൾ സംപ്രേഷണം തുടങ്ങി.

1972ൽ ശ്രീലങ്ക റിപ്പബ്ലിക് ആയതോടെ റേഡിയോ സിലോൺ, ശ്രീലങ്ക ബ്രോഡ്കാസ്റ്റിങ് കോർപറേഷൻ എന്ന് പേരു മാറ്റി.

ഇരുപതാം നൂറ്റാണ്ടിന്റെ തുടക്കത്തിലാണ് മലയാളികൾ സംഘടിത കുടിയേറ്റം ആരംഭിച്ചത്.

ഒന്നാം ലോകയുദ്ധത്തെ തുടർന്നുണ്ടായ സാമ്പത്തിക പ്രതിസന്ധിയും 1921ലെ മലബാർ സമരം ഉണ്ടാക്കിയ രാഷ്ട്രീയ അരക്ഷിതാവസ്ഥയും അതിജീവനം തേടി നാടുവിടാൻ മലയാളികളെ നിർബന്ധിക്കുകയായിരുന്നു.

ഈസ്റ്റ് ഇന്ത്യ കമ്പനി കോളനി രാജ്യങ്ങളിൽ ആരംഭിച്ച റബർ, തേയില പ്ലാന്റേഷനുകളിലെ ജോലി സാധ്യത കുടിയേറ്റത്തെ ത്വരിപ്പിക്കുകയും ചെയ്തു. ആ കാലത്താണ് മലബാറിൽനിന്ന് സിലോണിലേക്ക് കുടിയേറ്റം ശക്തി പ്രാപിച്ചത്.

ആട്ടുപെട്ടി

കൊളംബോ നഗരത്തിൽ ആട്ടുപെട്ടി എന്ന പേരിൽ ഒരു തെരുവുണ്ട്.

സിലോണിലെത്തിയ ആദ്യകാല മലയാളി കുടിയേറ്റക്കാർ ചേക്കേറിയിരുന്നത് ഈ തെരുവിലായിരുന്നിരിക്കണം. അങ്ങനെ കരുതാനുള്ള കാരണം, അവിടെയായിരുന്നു, ചാലിയത്തുകാരൻ ഉംബിച്ചി ഹാജിയുടെ തട്ടകം എന്നതാണ്.

ഒരുപക്ഷേ, മലയാളികളുടെ പ്രവാസ ചരിത്രത്തിൽ സുപ്രധാനമാണ് ഈ തെരുവ്.

ഉംബിച്ചി ഹാജിയുടെ ഓർമകൾ വീണുറങ്ങുന്ന ആട്ടുപെട്ടിയിലൂടെ നടക്കുകയായിരുന്നു ഞങ്ങൾ. പഴക്കം ചെന്ന പലചരക്കുകടകളിൽ കയറിച്ചെന്ന് ഉംബിച്ചി ഹാജിയെ അറിയാമോ എന്നന്വേഷിച്ചു.

ചിലർ കൈ മലർത്തി.

കച്ചവടത്തിരക്കിൽ ചിലർ ചോദ്യം കേട്ടതായി ഭാവിച്ചുപോലുമില്ല.

തെരുവിൽ തെണ്ടിത്തിരിയുന്നതിനിടെ എതിരെ വന്ന യുവാവിനോട് ചോദ്യം ആവർത്തിച്ചു:

“നിങ്ങൾ എവിടെനിന്നാണ്?”

“ഇന്ത്യയിലെ കേരളത്തിൽനിന്ന്. ഞങ്ങളുടെ നാട്ടുകാരനായ ഉംബിച്ചി ഹാജി എന്ന ഒരു മനുഷ്യന്റെ ഖബറിടം ഇവിടെ എവിടെയോ ആണ്. അതന്വേഷിക്കുകയാണ് ഞങ്ങൾ.”

“ഉംബിച്ചി..?”- അയാൾ ഒരു നിമിഷം നിശ്ശബ്ദനായി.

"വരൂ..."

ഞങ്ങൾ അയാളുടെ പിറകിൽ നടന്നു.

നഗരത്തിൽനിന്ന് പഴങ്ങൾ മൊത്തമായി എടുത്ത് ചെറുപട്ടണങ്ങളിൽ കടക്കാർക്ക് എത്തിച്ച് ജീവിക്കുന്ന ഒരാളായിരുന്നു അൻസാർ ശൈഖ് എന്ന ആ യുവാവ്. പത്താം തരത്തിനു മേലെ വിദ്യാഭ്യാസമുണ്ട്. അൽപസ്വൽപം ഇംഗ്ലീഷ് സംസാരിക്കും. തമിഴും സിംഹളയും അറിയാം. ഭാഷയിലും പെരുമാറ്റത്തിലുമുള്ള മിടുക്കാകണം ഈ യുവാവിന്റെ ബിസിനസ് വിജയ രഹസ്യം.

ആട്ടുപ്പെട്ടി തെരുവിലൂടെ നടക്കുമ്പോൾ കോഴിക്കോട്ടെ വലിയങ്ങാടിയിൽ കൂടിയാണോ നടക്കുന്നതെന്ന് തോന്നും. തലങ്ങും വിലങ്ങും പോർട്ടർമാരുടെ ബഹളം. ഹോൾസെയിൽ പലചരക്ക് മാർക്കറ്റ് ആണ്. ശീതളപാനീയങ്ങളും ചായയും വിൽക്കുന്നവർ കടകൾ കയറിയിറങ്ങുന്നു.

അൻസാർ ശൈഖ് പാതയോരത്തുകണ്ട ഒരു നാമഫലകത്തിലേക്ക് സൂക്ഷിച്ചു നോക്കി. അയാൾ ഒച്ചവെച്ച് ഞങ്ങളുടെ ശ്രദ്ധ ആ ബോർഡിലേക്ക് തിരിച്ചു.

ഉംബിച്ചി പ്ലേസ്!

ഈ തെരുവിന്റെ പേരു തന്നെ ഞങ്ങൾ തേടി നടക്കുന്ന ആ മലയാളിയുടേതാണ്.

ഉംബിച്ചി പ്ലേസ്!

ആഹ്ലാദത്തോടെ ഞാൻ പല തവണ ഫലകം വായിച്ചു. അയാൾ പിന്നെ ഞങ്ങളെ കൂട്ടിക്കൊണ്ടുപോയത് ആ തെരുവിലുള്ള ഒരു പഴയ പള്ളിയിലേക്കാണ്;

മസ്ജിദുൽ ലാഫിർ.

1931ൽ ഉംബിച്ചി ഹാജി സ്ഥാപിച്ച പള്ളിയായിരുന്നു അത്.

അന്ന് വെള്ളിയാഴ്ചയായിരുന്നു. ജുമുഅ നമസ്കാരത്തിന് ഇനിയും നേരമുണ്ട്. ഞങ്ങൾ കാലും മുഖവും കഴുകി ശുദ്ധി വരുത്തി അകത്തേക്ക് കയറി.

"ഇവർ ഉംബിച്ചി ഹാജിയുടെ നാട്ടിൽനിന്നുള്ളവരാണ്. ഹാജിയുടെ ഖബറിടം തേടി വന്നവർ."

അൻസാർ ശൈഖ് ഞങ്ങളെ പള്ളി ഇമാമിനു പരിചയപ്പെടുത്തി.

ഇമാം ഞങ്ങളോട് പുഞ്ചിരിച്ചു, സലാം പറഞ്ഞു. പള്ളിക്കകത്ത് ഒരു ഭാഗത്തായി ഉംബിച്ചി ഹാജി അന്ത്യവിശ്രമംകൊള്ളുന്ന ഖബറിനടുത്തേക്ക് അദ്ദേഹം ഞങ്ങളെ കൂട്ടിക്കൊണ്ടുപോയി. മറ്റു

ഖബറുകളൊന്നും അവിടെ ഉണ്ടായിരുന്നില്ല.

ആ ഖബറിൽ അൽ ഹാജ് പി.ബി. മുഹമ്മദ് ഉംബിച്ചി എന്ന് രേഖപ്പെടുത്തിയിരിക്കുന്നു.

പള്ളിയിൽ എത്തിക്കൊണ്ടിരുന്ന പ്രായം ചെന്ന ആളുകൾ ഞങ്ങൾക്ക് ചുറ്റുംകൂടി. ഉംബിച്ചി ഹാജിയെ കുറിച്ച് പറയാൻ അവർക്ക് നാലു നാവുകളായിരുന്നു. പലരും ഹാജിയുടെ സ്നേഹവും ഔദാര്യവും പറ്റിയ പൂർവികരുടെ പിൻഗാമികളാണ്. അവരുടെ പിതാക്കളും പിതാമഹന്മാരും പറഞ്ഞുകേട്ട കഥകളുണ്ട് അവരുടെ ഓർമകളിൽ.

പഴയ കഥകൾ പറയുമ്പോൾ അവരുടെ കണ്ണുനിറയുന്നുണ്ടായിരുന്നു.

അറുപത് വർഷക്കാലം കൊളംബോയിൽ ജീവിച്ച ഉംബിച്ചി ഹാജി അളവറ്റ സ്വത്തിന്റെ ഉടമയായിരുന്നു. ഉദാരനായ അദ്ദേഹം കൊളംബോയിലെ മലയാളികളുടെ അത്താണിയായിരുന്നു. തൊഴിൽ തേടിയെത്തുന്ന തന്റെ നാട്ടുകാർ ഭക്ഷണവും താമസവും ലഭിക്കാതെ ബുദ്ധിമുട്ടാതിരിക്കാൻ അദ്ദേഹം ഒരു സത്രം തന്നെ നടത്തിയിരുന്നു.

“ആ സത്രം ആട്ടുപെട്ടിയിൽ ഇപ്പോൾ ഉണ്ടോ?”

“ഇല്ല”, ഇമാം പറഞ്ഞു: “അതിന്റെ അവശിഷ്ടങ്ങളും കാണാനില്ല.”

“പള്ളിയുടെ ഭാഗത്ത് അടുത്തെങ്ങാനുമാകാം”- അൻസാർ ശൈഖ് അഭിപ്രായപ്പെട്ടു.

അത് ശരിയാകാൻ സാധ്യത ഉണ്ട്. നഗരങ്ങളിലെ പള്ളിയോട് ചേർന്ന് മുസാഫിർ ഖാന എന്ന പേരിലുള്ള സത്രങ്ങൾ ആ കാലത്ത് പതിവുണ്ട്. യാത്രക്കാർക്ക് ഉറങ്ങാനും വിശ്രമിക്കാനുമുള്ള ഇടത്താവളങ്ങളാണ് മുസാഫിർ ഖാനകൾ.

ഉംബിച്ചി ഹാജിയെ കൊളംബോ നഗരത്തിന് ഒരിക്കലും മറക്കാനാകില്ല. കൊളംബോയിലെ നിരവധി വിദ്യാഭ്യാസ സ്ഥാപനങ്ങളുടെ സ്ഥാപനത്തിലും നടത്തിപ്പിലും ഉംബിച്ചി ഹാജിയുടെ സംഭാവനകൾ അതുല്യമാണ്. ആധുനിക ശ്രീലങ്കയെ കെട്ടിപ്പടുക്കുന്നതിൽ നിർണായക പങ്കുള്ള കൊളംബോ വിമാനത്താവളത്തിനു 200 ഏക്കർ ഭൂമി അദ്ദേഹം ദാനം നൽകിയതാണ്.

1892ൽ സ്ഥാപിതമായ കൊളംബോയിലെ പ്രശസ്തമായ സാഹിറ കോളജിനു ഉംബിച്ചി ഹാജി അനേകം സ്വത്ത് നൽകിയിരുന്നു.

പള്ളിയിൽ നിന്ന് മടങ്ങുമ്പോൾ ഞങ്ങൾ സാഹിറ കോളജും സന്ദർശിക്കാമെന്ന് തീരുമാനിച്ചിരുന്നു.

നഗരഹൃദയത്തിൽ ഇപ്പോഴും തലയെടുപ്പോടെ നിൽക്കുന്ന സ്ഥാപനമാണിത്.

വലിയ കോമ്പൗണ്ടിൽ നിറയെ കെട്ടിടങ്ങൾ.

നേരെ പ്രിൻസിപ്പലിന്റെ മുറിയിലേക്കാണ് ചെന്നത്. കേരളത്തിൽനിന്നാണെന്ന് പറഞ്ഞ് പരിചയപ്പെടുത്തി.

"ഉംബിച്ചി ഹാജിയുടെ നാട്ടുകാരാണല്ലേ?" ഞങ്ങൾ തലയാട്ടി.

പ്യൂണിനെ വരുത്തി ചായ കൊണ്ടുവന്നു.

"സാഹിറ കോളജിനു മലയാളികളെ എങ്ങനെ മറക്കാൻ കഴിയും."

പ്രിൻസിപ്പൽ ഉംബിച്ചി ഹാജി ഈ സ്ഥാപനത്തിനു വേണ്ടി സംഭാവന നൽകിയ കെട്ടിടങ്ങളെ കുറിച്ച് സംസാരിച്ചു. ഈയിടെ ഉംബിച്ചി ഹാജിയുടെ ബന്ധുക്കൾ കോളജ് സന്ദർശിക്കാൻ വന്നിരുന്നതായും പറഞ്ഞു.

സാഹിറ കോളജിന്റെ ചരിത്രം കേട്ടപ്പോൾ എനിക്ക് ഫാറൂഖ് കോളജ് ആണ് ഓർമയിൽ തെളിഞ്ഞത്.

ഈജിപ്തിൽ പഠിച്ച് വന്ന അബുസ്വബാഹ് മൗലവി എന്ന പരിഷ്കർത്താവാണ് ഫാറൂഖ് കോളജ് സ്ഥാപിച്ചത്.

സാഹിറ കോളജിന്റെ സ്ഥാപനത്തിനു പിറകിലും ഈജിപ്തിന്റെ പരോക്ഷ സ്വാധീനമുണ്ട്. ഈജിപ്തിൽനിന്ന് നാടുകടത്തപ്പെട്ട് കൊളംബോയിൽ വന്നുപെട്ട അഹമ്മദ് ഉറാബി എന്ന മഹാനാണ് എം.സി. സിദ്ധി ലബ്ബ, വാപ്പിച്ചി മരയ്ക്കാർ എന്നിവരെ പ്രചോദിപ്പിച്ച് സാഹിറ കോളജ് സ്ഥാപിച്ചത്.

സാഹിറ കോളജിന്റെ ആർക്കൈവ് ലൈബ്രറിയിൽ സ്ഥാപനത്തിന്റെ ഫൗണ്ടർമാരുടെ പടങ്ങൾ വെച്ചിട്ടുണ്ട്.

ആദ്യകാല കമ്മിറ്റിയുടെ ഗ്രൂപ് ഫോട്ടോയുമുണ്ട്. അത്തരമൊരു പഴയ, മങ്ങിയ ബ്ലാക് ആൻഡ് വൈറ്റ് ഫോട്ടോയിൽ ഉംബിച്ചി ഹാജി ഇരിക്കുന്നു.

"സ്വതന്ത്ര ശ്രീലങ്കയുടെ ശിൽപികളിൽ പലരും സാഹിറ കോളജിന്റെ സൃഷ്ടിയാണ്. രാഷ്ട്രീയ നേതാക്കളും മന്ത്രിമാരും ഉൾപ്പെടെ പ്രഗല്ഭരുടെ നിര തന്നെ ഉണ്ട് പൂർവ വിദ്യാർഥികളിൽ"- അലൂമ്നി ഫോട്ടോകൾ ചൂണ്ടി പ്രിൻസിപ്പൽ വിശദീകരിച്ചു. ഞങ്ങൾ കോളജ് ചുറ്റിക്കണ്ടു.

സിലോണിലേക്ക് കുടിയേറിയ ദക്ഷിണേന്ത്യക്കാരിൽ ഏറ്റവും പ്രമുഖൻ എന്നാണ് ഉംബിച്ചി ഹാജിയെ ചരിത്രകാരനായ എസ്. മുത്തയ്യ വിശേഷിപ്പിക്കുന്നത്.

ഇരുപതാം നൂറ്റാണ്ടിന്റെ ആരംഭത്തിൽ സിലോണിലേക്കും ബർമയിലേക്കും കുടിയേറിയവരുടെ കൂട്ടത്തിൽ ഉംബിച്ചി ഹാജിയെ പോലെ അതിസമ്പന്നരായി മാറിയവർ വേറെയില്ല. ശ്രീലങ്കയിൽ മാത്രമല്ല, സ്വന്തം നാട്ടിലും വിദ്യാഭ്യാസ, സാമൂഹിക പ്രവർത്തനങ്ങൾക്ക് അളവറ്റ സഹായമാണ് ഹാജി നൽകിയത്.

1860ൽ പതിനഞ്ചാം വയസ്സിൽ കോഴിക്കോട്ട് ചാലിയത്തെ പുത്തൻവീട്ടിൽ തറവാട്ടുവീട്ടിൽനിന്ന് നാട് വിട്ടിറങ്ങിയതാണ് ഉംബിച്ചി എന്ന യുവാവ്.

പരപ്പനങ്ങാടിയിൽ നിന്ന് തീവണ്ടിമാർഗം കൊച്ചിയിലും പിന്നെ മദിരാശി തുറമുഖത്തും എത്തിയശേഷം ചരക്കുകപ്പലിൽ കൊളംബോയിലേക്ക് പോവുകയായിരുന്നു. കൊളംബോയിൽ എന്തെങ്കിലും തൊഴിലെടുക്കാമെന്ന കണക്കുകൂട്ടലല്ലാതെ പ്രത്യേകിച്ച് ആഗ്രഹങ്ങൾ ഒന്നും ഉണ്ടായിരുന്നില്ല.

കൈയിൽ കാശുമുണ്ടായിരുന്നില്ല.

കപ്പലിറങ്ങുമ്പോൾ കൈയിലുണ്ടായിരുന്നത് വെറും രണ്ടു രൂപ.

ദാരിദ്ര്യത്തിന്റെ അസഹ്യതകൊണ്ട് മാത്രമായിരുന്നു പച്ചപ്പിന്റെ തുരുത്തുകൾ തേടി അദ്ദേഹം യാത്ര തിരിച്ചത്.

കൊളംബോ ഉണക്കമീൻ മാർക്കറ്റിൽ കാഷ്വൽ ലേബറായിട്ടാണ് ജീവിതം തുടങ്ങിയത്.

പിന്നീട് ലാഭത്തിനു പണം കടം നൽകിയിരുന്ന അരുണാചലം ചെട്ട്യാരുടെ പക്കൽനിന്നു നൂറു രൂപ കടം വാങ്ങി ഉംബിച്ചി കൊളംബോയിൽ ചെറിയ തോതിൽ ഒരു കച്ചവടം ആരംഭിച്ചു.

പതുക്കെ അത് പച്ചപിടിച്ചുതുടങ്ങി.

വിജയം വരിച്ച മറ്റേതു പ്രവാസിയെയും പോലെ കഠിനാധ്വാനത്തിന്റെയും സമർപ്പണത്തിന്റെയും ത്യാഗങ്ങൾ കൊണ്ടാണ് തന്റെ ജീവിത ഗാഥ അദ്ദേഹം മാറ്റി എഴുതിയത്.

ബിസിനസ് കയറ്റുമതിയിലേക്കും ഷിപ്പിങ് രംഗത്തേക്കും പടിപടിയായി ഉയർന്നു. അധികം വൈകാതെ മാൽദീവ്സ് ഗവൺമന്റെിന്റെ കീഴിലായിരുന്ന സിലോണിൽ വളം, ഷിപ്പിങ് വ്യവസായങ്ങളുടെ കുത്തക പി.ബി. ഉംബിച്ചി ഗ്രൂപ് നേടിയെടുത്തു.

ഗൾഫിൽ എണ്ണ കണ്ടെത്താത്ത കാലമാണ്.

അറബികൾ ഒട്ടകങ്ങളെ മേച്ചും മീൻ പിടിച്ചും ഉപജീവനം നടത്തിയ കാലം.

അപ്പോഴാണ് ഉംബിച്ചി ഹാജി എന്ന മലയാളി സമ്പന്നരിൽ സമ്പന്നനായി വിരാജിക്കുന്നത്. 1927ൽ ഉംബിച്ചി ഹജ്ജ് നിർവ ഹിക്കാനായി മക്കയിലെത്തിയപ്പോൾ ആധുനിക സൗദി അറേ ബ്യയുടെ പിതാവ് എന്നറിയപ്പെടുന്ന അബ്ദുൽ അസീസ് രാജാവ് അദ്ദേഹത്തെ കാണുകയുണ്ടായി. അപ്പോൾ ഹാജിമാർക്ക് സേവനം നൽകാൻ തന്റെ വകയായി പതിനായിരം ബ്രിട്ടീഷ് പൗണ്ടിന്റെ എൻഡോവ്മെന്റ് ഉംബിച്ചി ഹാജി രാജാവിനു സമ്മാനിച്ചു. 1936ൽ മരണമടയുന്നതുവരെ മുടങ്ങാതെ വർഷാവർഷം ഈ പണം എത്തി ക്കാനും അദ്ദേഹം ശ്രദ്ധിച്ചിരുന്നു.

ഉംബിച്ചി ഹാജി വിദ്യാഭ്യാസ രംഗത്ത് എന്ന പോലെ കളിയിലും കമ്പമുള്ള ആളായിരുന്നു. പഴയകാലം മുതലേ മലബാറിന്റെ സ്വന്തം കളിയായ ഫുട്ബാളിനെ അദ്ദേഹമാണ് ശ്രീലങ്കയിലേക്കു കടൽ കടത്തിക്കൊണ്ടു പോയത്.

അദ്ദേഹം സ്ഥാപിച്ച കാൽപ്പന്തുകളി ടീമായ സോണ്ടേഴ്സിലൂടെ യാണ് ശ്രീലങ്കയുടെ ആദ്യകാല ഫുട്ബാളർമാർ പിറന്നത്.

സിംഹള, തമിഴ്, മുസ്ലിം വംശജർക്കിടയിൽ സമാധാനത്തിന്റെ അംബാസഡർ കൂടിയായിരുന്നു ഉംബിച്ചി. ഭിന്ന സമുദായങ്ങളെ കൂട്ടിയിണക്കാനുള്ള അദ്ദേഹത്തിന്റെ വൈദഗ്ധ്യം പരിഗണിച്ച് 'ജസ്റ്റിസ് ഓഫ് പീസ്'' പദവി നൽകിയാണ് ബ്രിട്ടീഷ് സർക്കാർ അദ്ദേഹത്തെ ആദരിച്ചത്.

ഉംബിച്ചി ഹാജി മരണമടഞ്ഞപ്പോൾ ബ്രിട്ടീഷ് പാർലമെന്റ് സഭാ നടപടികൾ നിർത്തിവെച്ച് മൗനം ആചരിച്ചത് ആ ആദരവിന്റെ സൂചനയാണ്.

മുപ്പതുകളിൽ കൊളംബോയിൽനിന്ന് ഒരു മലയാള പത്രം പുറത്തി റങ്ങിയിരുന്നു എന്ന് പറഞ്ഞാൽ അക്കാലത്ത് കൊളംബോയിലെ മലയാളി സമൂഹം എത്ര ശക്തമായിരുന്നു എന്ന് ഊഹിക്കാമല്ലോ. വീരകേരളം എന്ന് പേരുള്ള ആ പത്രം, ഉംബിച്ചി ഹാജി മരിച്ചതിന്റെ പിറ്റേ ദിവസം, 1936 നവംബർ 12നു പുറത്തിറങ്ങിയത് അദ്ദേഹത്തെ കുറിച്ചുള്ള സ്പെഷൽ പതിപ്പായാണ്.

അതിൽ അദ്ദേഹത്തെ വിശേഷിപ്പിച്ചത് 'ഇന്ത്യൻ വ്യാപാര ചക്രവർത്തി' എന്നാണ്!

കൊളംബോയിലെ വിവിധ തെരുവുകളിലൂടെ നടക്കുമ്പോൾ ആ വ്യാപാര ചക്രവർത്തിയുടെ ഓർമകൾ തികട്ടിക്കൊണ്ടിരുന്നു.

അദ്ദേഹം പോറ്റിവളർത്തിയ വിദ്യാലയങ്ങളിലൂടെയും

അദ്ദേഹത്തിന്റെ വിയർപ്പ് വീണ വഴികളിലൂടെയും

ഞങ്ങൾ വെറുതെ ചുറ്റിക്കറങ്ങി.

മഹാനായ ആ മലയാളിയുടെ പിന്മുറയിൽ ആരെയെങ്കിലും കണ്ടുമുട്ടിയെങ്കിലോ എന്നാശിച്ച്. എന്നാൽ കൊളംബോയിൽ കഴിഞ്ഞ ദിവസങ്ങളിൽ ഒരു മലയാളിയെ പോലും കണ്ടുകിട്ടിയില്ല.

കൊളംബിലെ തലശ്ശേരിക്കാരി

അൻപതുകളിൽ എലിസബത്ത് രാജ്ഞി ശ്രീലങ്ക സന്ദർശിച്ചപ്പോൾ അവരെ സ്വീകരിച്ചത് കൊളംബോ നഗരത്തിന്റെ അന്നത്തെ ഡെപ്യൂട്ടി മേയർ ആയിരുന്ന തലശ്ശേരിക്കാരിയായ ഒരു മലയാളി വനിത ആയിരുന്നു. കൊളംബോയുടെ സാമൂഹിക രാഷ്ട്രീയ ജീവിതത്തിൽ അവിസ്മരണീയ സംഭാവന അർപ്പിച്ച ആയിശ റഊഫ്!

ആയിശ റഊഫ് എന്ന മലയാളിയെ കുറിച്ച് ഞാൻ മുമ്പ് തന്നെ കേൾക്കുകയും വായിക്കുകയും ചെയ്തിരുന്നു.

കൊളംബോയിലെ പ്രശസ്തമായ പബ്ലിക് ലൈബ്രറി തേടി പുറപ്പെട്ടതിന്റെ പ്രധാന ഉദ്ദേശ്യം ആയിശ റഊഫ് എന്ന ചരിത്ര വനിതയെ കുറിച്ച് വല്ല രേഖയും കിട്ടുമോ എന്ന് അന്വേഷിക്കുകയായിരുന്നു.

കൂട്ടത്തിൽ സിലോണിലേക്കുള്ള മലയാളികളുടെ കുടിയേറ്റത്തെ കുറിച്ച് എന്തെങ്കിലും പഴയ രേഖകൾ കിട്ടിയെങ്കിൽ അതുമായി.

1813 മുതൽ ഈ ഗ്രന്ഥാലയം പ്രവർത്തിച്ചുവരുന്നുണ്ട്. 1925 ലാണ് പബ്ലിക് ലൈബ്രറി ആക്കി ഉയർത്തിയത്. അംഗത്വമില്ലാത്തവർക്കും പുസ്തകങ്ങൾ റഫർ ചെയ്യാനും കോപ്പി എടുക്കാനുമൊക്കെ ലൈബ്രറിയിൽ സൗകര്യം ഉണ്ട്. വിശാലമായ ഇരുനില കെട്ടിടത്തിൽ വ്യത്യസ്ത ഭാഷകളിലായി പതിനായിരക്കണക്കിനു പുസ്തകങ്ങൾ ഉണ്ട്. കാറ്റലോഗ് ഡിജിറ്റലൈസ് ചെയ്തതുകൊണ്ട് പുസ്തകങ്ങൾ പരിശോധിക്കാൻ ബുദ്ധിമുട്ടില്ല.

ലൈബ്രറി ചിട്ടയോടെ ക്രമീകരിച്ചിരിക്കുന്നു. ഓരോ വിഭാഗത്തിലും വെവ്വേറെ ലൈബ്രേറിയന്മാരുടെ സേവനം ലഭ്യമാണ്. തമിഴിലെ മുഴുവൻ ക്ലാസിക് കൃതികളും ഉണ്ടെങ്കിലും മലയാള വിഭാഗം കണ്ടില്ല.

മലബാറുമായി ബന്ധപ്പെട്ട ചില പുസ്തകങ്ങൾ ആണ് ഞാൻ തേടുന്നതെന്ന് പറഞ്ഞപ്പോൾ ലൈബ്രേറിയൻ ഒരു ലിസ്റ്റ് എടുത്ത് തന്നു. അതിൽ മലബാർ തീരത്തെ സമുദ്രസഞ്ചാരവും വ്യാപാരവും സംബന്ധിച്ച ചില പഴയ രചനകൾ കണ്ടു. പോർച്ചുഗീസ് അധിനിവേശ കാലത്ത് മലബാർ സന്ദർശിച്ച ചില പോർച്ചുഗീസ് സഞ്ചാരികളുടെ യാത്രാക്കുറിപ്പുകൾ അതിലുണ്ട്.

ആ പുസ്തകത്തിൽ പഴയ മലബാറിന്റെ സാമൂഹിക രാഷ്ട്രീയ ചരിത്രത്തിലേക്ക് വെളിച്ചം വീശുന്ന രേഖാചിത്രങ്ങളുമുണ്ടായിരുന്നു. പക്ഷേ, ആയിശ റഊഫിനെ കുറിച്ച് കാര്യമായ ഒരു രേഖയും അവിടെനിന്നു കിട്ടിയില്ല. നിരാശപ്പെട്ട് മടങ്ങാൻ നേരം കൊളംബോ മുനിസിപ്പൽ കോർപറേഷന്റെ ചരിത്ര രേഖകൾ സൂക്ഷിച്ച ആർക്കൈവ് കൂടി ഒന്ന് പരതാമെന്ന് ഓർത്തു. കോർപറേഷന്റെ പഴയ സ്മരണികകൾ പരിശോധിച്ചപ്പോൾ, അതിലൊന്നിൽ ആയിശ റഊഫിന്റെപടം കണ്ടെത്തി. കോർപറേഷൻ ഡെപ്യൂട്ടി മേയർ എന്ന നിലയിൽ പേരും അത്യാവശ്യ വിവരങ്ങളും മാത്രമേ അതിലുള്ളൂ.

ലൈബ്രറിയിൽ നിന്ന് പുറത്തു കടന്ന് വെറുതെ ആയിശ റഊഫ് എന്ന നാമം ഗൂഗ്ൾ ചെയ്തു നോക്കി. അപ്പോഴാണ് അവരെ കുറിച്ച് പഠിച്ച ഫർസാന ഹനീഫ് എന്ന ഗവേഷകയെ കുറിച്ചുള്ള വിവരങ്ങൾ ശ്രദ്ധയിൽ പെട്ടത്. ഫർസാന കൊളംബോ സർവകലാശാലയിൽ സോഷ്യോളജി വിഭാഗം പ്രഫസറായി ജോലി ചെയ്യുകയാണെന്നും ഗൂഗ്ൾ പറഞ്ഞുതന്നു.

ഉടനെ കൊളംബോയിലെ ചില സുഹൃത്തുക്കൾ മുഖേന അവരുടെ നമ്പർ സംഘടിപ്പിക്കാനായി ശ്രമം. സുഹൃത്ത് ശാന്തി ബാലസൂര്യയാണ് ഞാൻ കൊടുത്ത വിവരം വെച്ച് ഫർസാനയുടെ നമ്പർ തേടിപ്പിടിച്ച് തന്നത്. ശാന്തി തന്നെ അവരെ വിളിച്ച് ഞങ്ങൾ കാണാൻ ആഗ്രഹിക്കുന്നു എന്ന് അറിയിച്ചു. പ്രഫസർ ഫർസാനയെ ഞാൻ ഫോണിൽ ബന്ധപ്പെട്ടു. യൂനിവേഴ്സിറ്റി ഡിപ്പാർട്മെന്റിൽ ചെല്ലാൻ പറഞ്ഞു.

കനത്ത മഴയും ഇടിമിന്നലും.

അന്തരീക്ഷം ഇരുണ്ട് മൂടിയിട്ടുണ്ടായിരുന്നു.

അപ്രതീക്ഷിത മഴ ആയതുകൊണ്ട് കുടയും കരുതിയിരുന്നില്ല. മഴ നനഞ്ഞ് റോഡരുകിൽ കുറച്ച് നേരം നിന്നപ്പോൾ ഒരു ഓട്ടോ വന്നു.

യൂനിവേഴ്സിറ്റി എന്നും പറഞ്ഞ് ഞങ്ങൾ ഓട്ടോയിൽ ഓടിക്കയറി. കനത്ത പേമാരി കാരണം ഒച്ച് ഇഴയുന്ന വേഗതയിലാണ് ഓട്ടോ നീങ്ങുന്നത്. ഞങ്ങളുടെ വെപ്രാളം മനസ്സിലാക്കിയ ഓട്ടോക്കാരൻ വേഗത കൂട്ടി നാലിനു മുമ്പായി ഡിപ്പാർട്മെന്റിൽ എത്തിച്ചുതന്നു.

പ്രഫസർ ഫർസാന അപ്പോഴും ഞങ്ങളെ കാത്തിരിപ്പുണ്ട്.

"ക്ഷമിക്കണം, കനത്ത മഴ കാരണം പ്രതീക്ഷിച്ച നേരത്ത് എത്താനായില്ല."

"ഓ, അത് സാരമില്ല. ഈ വർഷം ആദ്യമായാണ് കോരിച്ചൊരിയുന്ന മഴ. മഴ നിങ്ങൾക്ക് കൗതുകമുള്ള അനുഭവമാകും അല്ലേ?" ഫർസാനക്ക് കേരളത്തിന്റെ ഭൂമിശാസ്ത്രത്തെ പറ്റി ധാരണ ഇല്ലെന്ന് മനസ്സിലായി.

"ഞങ്ങൾക്ക് മഴ ഒട്ടും കൗതുകമുള്ള കാഴ്ചയല്ല. കേരളത്തിൽ മഴക്ക് ഒരു പഞ്ഞവുമില്ല", ഞാൻ പറഞ്ഞു.

"അപ്പോ, മാഡം കേരളത്തിൽ വന്നിട്ടുണ്ടാകില്ല, അല്ലേ?"

"ഇല്ല. ഇതുവരെ സാധിച്ചില്ല. ആയിശ റഊഫിനെ കുറിച്ചുള്ള വർക്ക് ചെയ്യുന്നത് മുതൽ ആഗ്രഹം കലശലായുണ്ട്. തന്നെയുമല്ല, ആദ്യമായാണ് ഒരു മലയാളിയോട് അവരെ പറ്റി സംസാരിക്കുന്നതും."

"ആയിശ റഊഫിന്റെ മക്കളിൽനിന്നും ബന്ധുക്കളിൽ നിന്നുമാണ് എന്റെ പഠനത്തിനു വേണ്ട വിവരങ്ങൾ അധികവും കിട്ടിയത്. അവർക്കൊന്നും ഇപ്പോൾ കേരളവുമായി ബന്ധമില്ല. പലരും വിദേശത്തുമാണ്."

തലശ്ശേരിക്കാരനായ വായപ്പുറത്ത് കുന്നത്ത് മായന്റെ മകളായി 1917ലാണ് ആയിശ ജനിച്ചത്. പുതിയ വളപ്പിൽ കയ്യുമ്മയായിരുന്നു മാതാവ്. ആയിശക്ക് രണ്ട് സഹോദരിമാരും ഒരു സഹോദരനുമുണ്ടായിരുന്നു.

അക്കാലത്ത് പെൺകുട്ടികളെ പഠിപ്പിക്കുന്നത് വലിയ അപരാധമായിട്ടാണ് മുസ്ലിം സമൂഹം കരുതിയിരുന്നത്. എന്നാൽ, കോൺഗ്രസ്, മുസ്ലിം ലീഗ് പ്രസ്ഥാനങ്ങളിൽ സജീവമായി പ്രവർത്തിച്ച മായൻ ആ വിലക്കുകൾ ലംഘിച്ച് രണ്ടു പെൺമക്കൾക്കും ഉന്നത വിദ്യാഭ്യാസം നൽകി. തലശ്ശേരി സേക്രഡ് ഹാർട്ട്സ്കൂളിലും സന്റ് ആന്റണീസ് കോളജിലുമാണ് ആയിഷയെ അയച്ച് പഠിപ്പിച്ചത്. മൂത്ത മകളെ മദ്രാസ് യൂനിവേഴ്സിറ്റിയിൽ പഠിപ്പിച്ച് ഡോക്ടറാക്കി. പെൺ മക്കളെ പഠിപ്പിച്ചതിന് മായന് പുരോഹിതന്മാർ ഒരു വിളിപ്പേരു സമ്മാനിച്ചു:

"കാഫിർ മായൻ!"

വടക്കേ മലബാറിൽ ബിരുദം നേടിയ ആദ്യ മുസ്ലിം വനിത ആയിശ മായൻ ആയിരുന്നിരിക്കണം. തുടർന്ന് അധ്യാപക പരിശീലനവും നേടിയ അവരെ മലബാർ മേഖലയിലെ മുസ്ലിം വിദ്യാഭ്യാസ സ്പെഷൽ ഓഫിസറായി ബ്രിട്ടീഷ് സർക്കാർ നിയമിച്ചു. പിന്നീട് ബ്രിട്ടീഷ് എജ്യുക്കേഷൻ സർവിസിൽ ഡയറക്ടർ പദവിയിൽ എത്തി. ഈ പദവികൾ മലബാറിലുടനീളം യാത്ര ചെയ്യാനും സാമൂഹിക, വിദ്യാഭ്യാസ നവോത്ഥാന പ്രവർത്തനങ്ങൾക്ക് നേതൃത്വം നൽകാനും അവർക്ക് അവസരം നൽകി. മുസ്ലിം സ്ത്രീകളുടെ വിദ്യാഭ്യാസ ഉന്നതിക്ക് വേണ്ടി അവർ ധീരമായി വാദിച്ചു. ചില വനിതാ സംഘടനകൾക്കും നേതൃത്വം നൽകി. ഹോസ്റ്റൽ സൗകര്യത്തോടെ ഗേൾസ് എലമെന്ററി സ്കൂളുകൾ സ്ഥാപിക്കാൻ ആയിഷ ബ്രിട്ടീഷ് ഗവൺമന്റിനോട് ആവശ്യപ്പെട്ടു.

അതിനിടെ, 1944ൽ കൊളംബോ സ്വദേശിയും വ്യാപാരിയുമായ എം.എസ്.എം. റഊഫുമായി അവരുടെ വിവാഹം നടന്നു.

വിവാഹത്തോടെ ഉദ്യോഗം ഒഴിവാക്കി അവർ കൊളംബോയിലേക്ക് പോയി. അവരുടെ ഭർത്താവ് റഊഫ് ഉന്നത കാഴ്ചപ്പാടുള്ള ഒരാളായിരുന്നു. ആ സമയത്ത് കൊളംബോ മുസ്ലിംകൾക്കിടയിൽ വിദ്യാഭ്യാസപരമായി ഒരു ഉണർവ് തുടങ്ങിവരുകയായിരുന്നു.

റഊഫിന്റെ സുഹൃത്തും കൊളംബോയിലെ പ്രമുഖ നേതാവുമായ റസാക് ഫരീദ് അവരുടെ യോഗ്യതയും നേതൃപാടവവും പരിഗണിച്ച് കൊളംബോയിൽ സ്ഥാപിതമായ ആദ്യ മുസ്ലിം ലേഡീസ് കോളജിന്റെ പ്രഥമ പ്രിൻസിപ്പൽ ആയി അവരെ നിയമിച്ചു.

1946ൽ ശ്രീലങ്കയിലെ ഏറ്റവും പ്രധാനപ്പെട്ട രാഷ്ട്രീയ പ്രസ്ഥാനമായ യുണൈറ്റഡ് നാഷനൽ പാർട്ടി രൂപവത്കൃതമായപ്പോൾ റസാഖ് ഫരീദ് അതിന്റെ പ്രമുഖ നേതാവായി. സ്വാതന്ത്ര്യാനന്തര ശ്രീലങ്കയുടെ ചരിത്രത്തിൽ അദ്ദേഹത്തിന്റെ നാമം അനശ്വരമാണ്.

കൊളംബോ നഗരത്തിലൂടെ സഞ്ചരിക്കുമ്പോൾ അദ്ദേഹത്തിന്റെ പേരിലുള്ള ഫരീദ് പ്ലേസ് നമുക്ക് കാണാം. റസാഖ് ഫരീദിന്റെ പ്രചോദനം കൊണ്ട് രാഷ്ട്രീയത്തിൽ പ്രവേശിച്ച ആയിശ റഊഫ് വർഷങ്ങൾ നീണ്ട, കോളജ് പ്രിൻസിപ്പൽ എന്ന നിലയിലുള്ള സേവനം അവസാനിപ്പിച്ച് ജനവിധി തേടി.

അങ്ങനെ കൊളംബോ മുനിസിപ്പൽ കൗൺസിൽ ഡെപ്യൂട്ടി മേയറായി 1952 മുതൽ 1954 വരെ അവർ പ്രവർത്തിച്ചു.

"എങ്ങനെയാണ് നിങ്ങൾ ആയിശ റഊഫിനെ കുറിച്ച് പഠിക്കാൻ ഇടയായത്?"

"അത് നല്ല ചോദ്യമാണ്. ചരിത്രം എന്റെ വിഷയമല്ല. സോഷ്യോളജി ആണ് ഞാൻ പഠിച്ചതും പഠിപ്പിക്കുന്നതും. എന്നാൽ സ്ത്രീപഠനം എന്റെ ഇഷ്ടമേഖലയാണ്. ശ്രീലങ്കയുടെ രാഷ്ട്രീയ, സാമൂഹിക മേഖലകളിൽ സംഭാവനകൾ അർപ്പിച്ച പൂർവകാല വനിതകളെ കുറിച്ചുള്ള പഠനത്തിനിടെയാണ് ഞാൻ ആയിശ അബ്ദു റഊഫിൽ എത്തിച്ചേരുന്നത്."

സമയം കുറെ വൈകി. മൂടിക്കെട്ടിയ അന്തരീക്ഷം ഇരുട്ടായ പ്രതീതി ഉണ്ടാക്കി. അവരെ ഇനിയും സംസാരിച്ച് ഇരുത്തുന്നത് ശരിയല്ലെന്ന് ഓർത്ത് ഞാൻ പോകാനെഴുന്നേറ്റു.

അപ്പോഴേക്കും അറ്റൻഡർ ചായയുമായി എത്തിയിരുന്നു. ചായ കുടിച്ച് ഞങ്ങൾ യാത്ര പറഞ്ഞിറങ്ങി.

ആയിശ റഊഫ് പ്രിൻസിപ്പൽ ആയിരുന്ന മുസ്ലിം ലേഡീസ് കോളജ് പറ്റുമെങ്കിൽ സന്ദർശിക്കണമെന്ന് യാത്രപറഞ്ഞിറങ്ങു മ്പോൾ ഫർസാന ഓർമിപ്പിച്ചു.

പിറ്റേ ദിവസം ഉച്ചക്കാണ് ഞങ്ങൾ അവിടെ പോയത്.

ഹൈവേയുടെ ഇരുവശത്തായി പഴയ ഇരുനില കെട്ടിടമാണ് മുസ്ലിം ലേഡീസ് കോളജ്. പ്രിൻസിപ്പലിനെ കണ്ട് സ്കൂൾ ചരി ത്രരേഖകൾ വല്ലതും കിട്ടുമോ എന്ന് അന്വേഷിക്കാം എന്നാണ് കരുതിയത്. പക്ഷേ, പ്രിൻസിപ്പലിനെ കാണാനായില്ല. സെക്യൂ രിറ്റിക്കാരൻ അവരുടെ സ്വകാര്യ നമ്പർ തന്നതുമില്ല. ഞാൻ ഒരു കത്തെഴുതി സെക്യൂരിറ്റിയെ ഏൽപിച്ച മടങ്ങി.

ആയിഷ റഊഫിനെ കുറിച്ച് വല്ല രേഖയും ഉണ്ടെങ്കിൽ വിളി ക്കണമെന്നും ഞങ്ങൾ വന്ന് വാങ്ങിക്കൊള്ളാമെന്നുമായിരുന്നു കത്തിലെ ഉള്ളടക്കം. സെക്യൂരിറ്റിക്കാരൻ കത്ത് കൊടുക്കാൻ മറന്നതുകൊണ്ടോ, ആയിശ റഊഫിനെ കുറിച്ച് കൂടുതൽ വിവരം അവരുടെ കൈയിൽ ഇല്ലാത്തതുകൊണ്ടോ എന്നറിയില്ല; പ്രിൻസി പ്പൽ പിന്നെ ഞങ്ങളെ വിളിച്ചില്ല.

ഇപ്പോഴും കൊളംബോയിൽ ഉന്നതനിലവാരത്തിൽ പ്രവർ ത്തിക്കുന്ന ഒരു വനിതാ കലാലയമാണിത്. സരോജിനി നായിഡു ഉൾപ്പെടെയുള്ള പ്രമുഖ ഇന്ത്യൻ നേതാക്കൾ ആ സ്ഥാപനം സന്ദർ ശിച്ചിട്ടുണ്ട്. അത് ആയിഷ റഊഫിനു ഉണ്ടായിരുന്ന വിപുലമായ ബന്ധങ്ങളുടെ സൂചന കൂടിയാണ്.

എ.കെ.ജി യുമായി നല്ല ബന്ധം പുലർത്തിയിരുന്നു അവർ. അദ്ദേഹം കൊളംബോ സന്ദർശിച്ചപ്പോൾ ആയിഷയെ കണ്ടിരുന്ന തായി രേഖയുണ്ട്.

തെരുവ് നടത്തം

വൈ.എം.സി.എ ഗസ്റ്റ് ഹൗസിന്റെ രണ്ടാം നിലയിലാണ് ഞങ്ങളുടെ മുറി.

മുറിയുടെ മുൻഭാഗത്തെ വിശാലമായ ജനലുകൾ തുറന്നിട്ടാൽ താഴെ റോഡിൽ ആളുകൾ തിരക്കിട്ട് നടന്ന് പോകുന്നതും യാത്രക്കാരെ കാത്തിരിക്കുന്ന ഓട്ടോക്കാർ തമാശ പറഞ്ഞ് പൊട്ടിച്ചിരിക്കുന്നതും വഴക്കിട്ട് തല്ലുപിടിക്കുന്നതുമൊക്കെ കാണാം. തൊട്ടടുത്ത മുറികളിൽ പ്രായം ചെന്ന കുറെ ആളുകളാണ് താമസിച്ചിരുന്നത്. ആ മുറികൾക്ക് കുഴമ്പുകളുടെ മണമായിരുന്നു. അവരുടെ മുഖങ്ങളിൽ അവശത തളംകെട്ടിയിരിക്കുന്നു.

ഗസ്റ്റ്റൂം കെട്ടിടത്തിന്റെ ഒട്ടുമുക്കാൽ ഭാഗവും മരത്തിൽ പണിതതാണ്.

പ്രാചീനമായ ഗരിമ അതിനു ഗൗരവം നൽകുന്നു. മരഗോവണി കയറി ആളുകൾ പ്ലാറ്റ്ഫോമിലൂടെ നടന്ന് പോകുമ്പോൾ നൂറ്റാണ്ടുകൾക്ക് മുമ്പുള്ള കാൽപ്പെരുമാറ്റം പുനരാവർത്തിക്കുന്ന പ്രതീതിയാണ്.

തെരുവുകളിൽ വെയിലിറങ്ങും മുമ്പ് ഒരു നടത്തം പതിവുണ്ട്. പാതയോരത്തെ തട്ടുകടകൾക്കരികെ വർത്തമാനം പറഞ്ഞ് ചൂടുള്ള സിലോൺ ചായ നുകരാം.

എന്റെ സഹയാത്രികൻ ഹാരിസ് സംസാരപ്രിയനല്ല, മികച്ച ഡിസൈനറാണ്. കവിതയും ചിത്രങ്ങളും സിനിമയും ഇഷ്ടപ്പെടുന്ന ചെറുപ്പക്കാരൻ. ഹാരിസിന്റെ കണ്ണുകൾ പലപ്പോഴും പരസ്യ ബോർഡുകളിൽ തറച്ച് കിടക്കുന്നത് ഞാൻ നോക്കിനിന്നിട്ടുണ്ട്.

ഒരു നാടിന്റെ ജീവിതവും സംസ്കാരവും ശരിക്ക് അലിഞ്ഞ് ചേർന്നിട്ടുള്ളത് തെരുവുകളിലാണ്.

ആ തെരുവുകളിലൂടെ നടക്കുകയാണ് ഞങ്ങൾ.

കാഴ്ചകൾ കണ്ട്,

ഗന്ധങ്ങൾ ശ്വസിച്ച്,

ശബ്ദങ്ങൾ ശ്രവിച്ച്

തെരുവുകളിൽ അലസമായി നടക്കുമ്പോഴാണ് ഓർമയുടെ കാൻവാസുകളിൽ അത് രേഖപ്പെടുന്നത്.

പേട്ട മാർക്കറ്റ് റോഡിൽ എപ്പോഴും തിരക്കായിരിക്കും. സാധാരണക്കാരായ ജനങ്ങൾ വിലക്കുറവിൽ നിത്യോപയോഗ സാധനങ്ങൾ വാങ്ങാൻ ഈ തെരുവിലാണ് വരുന്നത്. ഫുട്പാത്തുകൾ കച്ചവടക്കാർ കവർന്നിരിക്കുന്നു.

നിരത്തുവക്കിൽ പച്ചക്കറികളും പഴങ്ങളും നിരത്തിവെച്ച് വിലപേശി വിൽക്കുന്നു. ഉന്തുവണ്ടികളിലും കച്ചവടക്കാരുണ്ട്.

ചെറു വാഹനങ്ങൾക്കുപോലും ജനബാഹുല്യത്തിൽ ഇരച്ച് മാത്രമേ നീങ്ങാനാവൂ. പല ഭാഗങ്ങളിലേക്ക് തിരിയുന്ന റോഡുകൾ എളുപ്പം മാറി പോകും. വളഞ്ഞ് തിരിഞ്ഞ് തുടങ്ങിയേടത്ത് തന്നെ എത്തും.

റോഡിലെ കൗതുകങ്ങൾ കണ്ട് ഞങ്ങൾ ചുമ്മാ നടന്ന് ക്ഷീണിച്ചു.

പേട്ടയിലാണ് പ്രശസ്തമായ റെഡ് മസ്ജിദ്.

പള്ളിയുടെ ശരിക്കുള്ള പേർ ജാമിഉൽ അൽ അൽഫാർ എന്നാണ്. മനോഹരമായ ഇന്തോ സാരസൻ വാസ്തുമാതൃകയിൽ 1909ൽ ഇന്ത്യക്കാരായ കച്ചവടക്കാരാണ് ഈ ചുവന്ന പള്ളി പണിതത്. ഹബീബ് ലബ്ബ സാഹിബ് ആണ് പ്രധാന സ്ഥാപകൻ. ഇരുനില കെട്ടിടത്തിന്റെ മുകളിൽ ഒരു ക്ലോക് ടവർ സ്ഥാപിച്ചിട്ടുണ്ട്.

ഞങ്ങൾ പള്ളിക്കകത്തേക്ക് കയറി ചുറ്റി നടന്ന് കണ്ടു. പള്ളിയുടെ കവാടത്തിനടുത്തായി ഇൻഫർമേഷൻ സന്റെർ ഉണ്ട്. വെള്ള തൊപ്പിയും തുവെള്ള തലപ്പാവും ധരിച്ച ഒരു യുവാവ് കൗണ്ടറിൽ ഇരിക്കുന്നു.

അയാൾ ഞങ്ങളെ സ്വാഗതം ചെയ്ത് അവിടെ ഇരുത്തി. പള്ളിയുടെ ചരിത്രം വിശദീകരിച്ചു തന്നു. പ്രാർഥനാ കേന്ദ്രം എന്നതിലുപരി ഒരു കമ്യൂണിറ്റി സന്റെർ എന്ന നിലയിലാണ് അത് പ്രവർത്തിക്കുന്നത്.

ഇന്ത്യക്കാർക്ക് പുറമെ വ്യാപാരികളായ ചൈന, മലായ് വംശജരും പള്ളിയുമായി ബന്ധപ്പെടുന്നു.

പള്ളിയിൽനിന്ന് പുറത്ത് കടക്കുമ്പോൾ പ്രധാന കവാടത്തിന്റെ എതിർവശത്ത് ഒരു ചെറിയ ആൾക്കൂട്ടം കണ്ടു. ചെന്ന് നോക്കിയപ്പോൾ അവിടെ ഉന്തുവണ്ടിയിൽ വിവിധ ഇനം കഞ്ഞി വിൽക്കുകയായിരുന്നു.

ബീഫ് കഞ്ഞി,

ചിക്കൻ കഞ്ഞി,

വെജിറ്റബിൾ കഞ്ഞി,

മധുരക്കഞ്ഞി,

തേങ്ങാകഞ്ഞി

എന്നിങ്ങനെ കഞ്ഞിയുടെ ഒരു പൂരംതന്നെ. ഉച്ചമായ വിലയും. തിരക്കിലൂടെ നുഴഞ്ഞ് കയറി ഓരോ ബീഫ് കഞ്ഞി ഞങ്ങൾ അകത്താക്കി.

ശ്രീലങ്കയുടെ ഔദ്യോഗിക മതം ബുദ്ധമതമാണെങ്കിലും വിവിധ മതങ്ങളുടെ ആരാധനാലയങ്ങൾ നഗരത്തിൽ കാണാം. ശ്രീജനാർദന റോഡിലെ ഗംഗാർമയ ബുദ്ധ ക്ഷേത്രം പ്രസിദ്ധമാണ്. അതൊരു ബുദ്ധ മത പഠനകേന്ദ്രം കൂടിയാണ്.

ശ്രീ കൈലാസ നാഥൻ സ്വാമി ദേവസ്ഥാനവും കതിരേശൻ കോവിലും പ്രധാന ഹിന്ദു ക്ഷേത്രങ്ങളാണ്.

ചർച്ചുകളിൽ പേരുകേട്ട ഒന്നാണ് ഗോൾവന്റൊൽ ചർച്ച്. ഡച്ച് നിർമിതിയിലുള്ള ഈ ചർച്ചിൽ ഡച്ച് കാലത്തുള്ള ഫർണിച്ചറുകൾ തന്നെയാണ് ഇപ്പോഴും ഉപയോഗിച്ചുവരുന്നത്.

കൊളംബോയിലെ പ്രധാന രണ്ട് മ്യൂസിയങ്ങളാണ് നാഷനൽ മ്യൂസിയവും ഡച്ച് മ്യൂസിയവും.

1877ൽ സ്ഥാപിതമായ നാഷനൽ മ്യൂസിയം ശ്രീലങ്കയിലെ ഏറ്റവും വലിയ മ്യൂസിയം കൂടിയാണ്. ചരിത്രം, ശാസ്ത്രം, ജനറൽ തുടങ്ങിയ വിഭാഗങ്ങളിൽ മികച്ച ശേഖരമാണ് മ്യൂസിയത്തിൽ.

ബൗദ്ധ ചരിത്രവുമായി ബന്ധപ്പെട്ട വിലപ്പെട്ട ശിൽപങ്ങളും രേഖകളും ഈ മ്യൂസിയത്തിന്റെ സവിശേഷതയാണ്. ശ്രീലങ്കയുടെ ആദിമ ചരിത്രം, രാജാക്കന്മാർ, ഡച്ച് ബ്രിട്ടീഷ് കൊളോണിയൽ ചരിത്രം, സാമൂഹിക ജീവിതം, കല, അനുഷ്ഠാനങ്ങൾ, കൃഷി, ഫോക്‌ലോർ തുടങ്ങിയ ശ്രീലങ്കയെ കുറിച്ച് അറിയാൻ സഹായിക്കുന്ന വിപുലമായ ശേഖരം നാഷനൽ മ്യൂസിയത്തിൽ ഒരുക്കിയിരിക്കുന്നു. ഓരോ വിഭാഗത്തിലും ഗൈഡുമാരുടെ സൗജന്യ സേവനവും ലഭ്യമാണ്.

ശോഭയുടെ വീട്ടിൽ

ശോഭയെ പരിചയപ്പെട്ടത് ബാങ്കോക്കിൽ നടന്ന സൗത്ത് ഏഷ്യയിൽ നിന്നുള്ള എൻ.ജി.ഒ ശിൽപശാലയിൽ വെച്ചാണ്, വർഷങ്ങൾക്ക് മുമ്പ്.

അന്നവൾ കൊളംബോ സർവകലാശാലയിൽ വിദ്യാർഥിയായിരുന്നു. തമിഴ്നാട്ടിലാണ് അമ്മ വേരുകൾ. എന്നാൽ ഇതുവരെ ഇന്ത്യയിൽ വന്നിട്ടില്ല.

ശോഭ എന്നെ മുജീബ് അക്ക എന്നാണ് വിളിച്ചിരുന്നത്.

കേരളത്തെ കുറിച്ചും ഇന്ത്യയിലെ തമിഴ് ജനതയെ കുറിച്ചും കൗതുകത്തോടെ ചോദിക്കും. 2012ൽ ആണെന്ന് തോന്നുന്നു, ശോഭയുടെ ഒരു ഇമെയിൽ വന്നു. ആ കത്തിലെ ഉള്ളടക്കം ഏതാണ്ട് ഇങ്ങനെ ആയിരുന്നു:

"പ്രിയപ്പെട്ട മുജീബ് അക്ക, എന്റെ വിവാഹം നിശ്ചയിച്ചിരിക്കുന്നു. കാൻഡി സ്വദേശി ദേവപാലൻ ആണ് വരൻ. അഭിഭാഷകനാണ്. കൊളംബോ ഹൈകോടതിയിൽ പ്രാക്ടീസ് ചെയ്യുന്നു. അധികം സുഹൃത്തുക്കളെയൊന്നും ക്ഷണിക്കുന്നില്ല. മറ്റൊരു രാജ്യത്താണെന്നും പ്രയാസമാണെന്നും അറിയാം. എന്നാലും, അക്ക എന്റെ വിവാഹത്തിൽ പങ്കെടുക്കാൻ എനിക്ക് അതിയായ ആഗ്രഹമുണ്ട്. വരാമോ?"

രാജ്യാതിർത്തികൾ കടന്നുള്ള മനുഷ്യരുടെ സ്നേഹത്തെ ഓർത്ത് എനിക്ക് സന്തോഷം തോന്നി.

എന്നാൽ, ഒരു യാത്രക്ക് അനുയോജ്യമായ സാഹചര്യമായിരുന്നില്ല അന്ന്.

വിവാഹത്തിന് എല്ലാ മംഗളങ്ങളും നേർന്ന് ഞാൻ മറുപടി അയച്ചു.

പിന്നീട് അവൾക്ക് കൊളംബോ പബ്ലിക് അഡ്മിനിസ്ട്രേഷനിൽ ജോലി കിട്ടിയത് അറിയിച്ച് എഴുതിയപ്പോഴും കൊളംബോയിലേക്ക് ക്ഷണിച്ചിരുന്നു.

കഴിഞ്ഞ വർഷമാണ് ശോഭക്ക് ഒരു പെൺകുഞ്ഞ് പിറന്നത്. ആ സന്തോഷം അറിയിച്ച് മെസേജ് അയച്ചപ്പോൾ, കുഞ്ഞിനെ കാണാൻ ഉടനെ വരുമെന്ന് തമാശയായി പറഞ്ഞിരുന്നു.

ചില വെറും പറച്ചിലുകൾ അങ്ങനെയാണ്. നിനയ്ക്കാതെ സംഭവിക്കും!

ഇപ്പോഴിതാ ശോഭയെ തേടി ഞാൻ അവളുടെ ഓഫിസിൽ എത്തിയിരിക്കുന്നു!

ശോഭ അതീവ സന്തോഷവതിയായിരുന്നു.

സഹപ്രവർത്തകർക്ക് എന്നെ പരിചയപ്പെടുത്തി. ഒരു ചായ കുടിക്കാം എന്ന് പറഞ്ഞ് അവൾ ഞങ്ങളെ അഡ്മിനിസ്ട്രേഷൻ ബ്ലോക്കിലെ കാന്റീനിലേക്ക് കൊണ്ടുപോയി. ചായ കുടിച്ച് വർത്ത മാനം പറഞ്ഞു.

"ഹസ്ബന്റ് പത്തുമിനിറ്റ് കൊണ്ട് വരും. ഇന്ന് തിരക്കുള്ള ദിവസമാണ് പുള്ളിക്ക്. നമ്മളെ പിക്ക് ചെയ്ത് വീട്ടിൽ വിടാൻ മാത്രമാണ് അദ്ദേഹം വരുന്നത്"

ശോഭ പറഞ്ഞു.

"എന്തിനാണ് അദ്ദേഹത്തെ ബുദ്ധിമുട്ടിക്കുന്നത് ശോഭാ?. നമുക്ക് പതുക്കെ നടന്ന് പോയാൽ പോരേ?"

"ഹഹ, നടന്ന് പോകാനോ? സിറ്റിയിൽ നിന്ന് പത്ത് പതിനാലു കിലോമീറ്റർ ദൂരമുണ്ട് ഫ്ലാറ്റിലേക്ക്.."

"ഹോ.. അത്രേം ദൂരമുള്ളത് ഞാൻ ഓർത്തില്ല. ശോഭയെ കണ്ടല്ലോ ദേവപാലനെ ഇവിടെ വെച്ച് മീറ്റ് ചെയ്താൽ പോരേ?"

"പോര. ഫ്ലാറ്റിൽ വരണം. അക്കക്ക് കുഞ്ഞിനെ കാണണ്ടേ?"

ഞാൻ പറഞ്ഞ വാക്ക് അവൾ ഓർത്ത് വെച്ചിരുന്നു.

ഞാൻ മൗനിയായിപ്പോയി.

അവളുടെ ഫ്ലാറ്റും കുഞ്ഞിനെയും ഒക്കെ എന്നെ കാണിക്കണം എന്നത് അവളുടെ ആശയായിരുന്നു.

"ശരി, വീട്ടിൽ പോകാം.."

അൽപസമയത്തിനകം ദേവപാലൻ വന്നു. പരസ്പരം പരിചയപ്പെട്ടു. അവരുടെ കാറിൽ ഞങ്ങൾ ഫ്ലാറ്റിലേക്ക് പുറപ്പെട്ടു.

"ശോഭ എപ്പോഴും പറയാറുണ്ട്. ഇന്ത്യയിൽ നിന്ന് അക്ക വരുന്നു എന്നും പറഞ്ഞ് കുറച്ച് ദിവസമായി സന്തോഷം..." ദേവപാലൻ ചിരിച്ചു.

ശ്രീലങ്കൻ രാഷ്ട്രീയവും കോടതി കാര്യങ്ങളും പറഞ്ഞ് ഞങ്ങൾ പെട്ടെന്ന് ഫ്ലാറ്റിലെത്തി. എത്തിയ ഉടനെ തന്നെ ദേവപാലൻ ക്ലയന്റ്സ് വെയ്റ്റ് ചെയ്യുന്നുണ്ടെന്ന് പറഞ്ഞ് മടങ്ങി.

ശോഭ കുടിക്കാൻ ജ്യൂസ് കൊണ്ടുവന്നു.

"ഭയങ്കര തിരക്കാണ്. വീക്കെൻഡിൽപോലും കിട്ടാറില്ല. അതും പറഞ്ഞ് ഞങ്ങൾ വഴക്കിടും. എന്നാലും നല്ല സ്നേഹമാ, ഞങ്ങൾ ഹാപ്പിയാണ് അക്കാ..."

"സാരമില്ലെന്നേ... ഒന്നുരണ്ടാഴ്ച ലീവെടുപ്പിച്ച് ഇന്ത്യയിൽ ഒക്കെ ഒന്ന് കറങ്ങാം..."

"അതെ. തമിഴ്നാട് ഇപ്പോഴും മോഹിപ്പിക്കുന്നുണ്ട്. കൊച്ച് ഇച്ചിരി കൂടി വലുതാകട്ടെ, തീർച്ചയായും വരും. അക്കയുടെ കുട്ടികളെ ഒക്കെ കാണണം."

അതിനിടെ അങ്ങോട്ട് വന്ന പ്രായം ചെന്ന സ്ത്രീയെ അവൾ പരിചയപ്പെടുത്തി. അത് ദേവപാലന്റെ അമ്മയായിരുന്നു.

ശോഭ ജോലിക്ക്പോയിക്കഴിഞ്ഞാൽ അമ്മമ്മയാണ് കൊച്ചിനെ നോക്കുന്നത്. ആ സ്ത്രീ ചിരിച്ചു. പളനി ക്ഷേത്രവും മധുരൈ മീനാക്ഷി ക്ഷേത്രവും കാണാൻ ആശയുണ്ടെന്ന് പറഞ്ഞു.

അൽപം കഴിഞ്ഞ് ഉറങ്ങിക്കിടക്കുകയായിരുന്ന കുഞ്ഞിനെ ഉണർത്തി. കുട്ടി കരഞ്ഞപ്പോൾ അമ്മ ഏതോ തമിഴ് ഈരടികൾ മൂളി. ഞാൻ കുട്ടിയെ എടുത്ത്, കവിളിലെ മറുകിൽ ഉമ്മവെച്ചു.

ശോഭ ചായയും പലഹാരവും കൊണ്ടുവന്നു. ഞങ്ങൾ ചായ കുടിച്ച് മടങ്ങാൻ ഒരുങ്ങി.

നേരം സന്ധ്യയായി തുടങ്ങി. ഞാൻ പോകാൻ സമ്മതം ചോദിച്ചു.

ശോഭ ഒരു ചെറിയ പൊതി കൊണ്ട് വന്ന് എന്റെ ബാഗിൽ വെച്ചു.

"ഒരു ചെറിയ സമ്മാനമാണ് കുട്ടികൾക്ക് കൊടുത്തേക്കണം"-

ഞങ്ങൾ കോണി ഇറങ്ങി. ഒരിക്കൽക്കൂടെ കൈവീശാൻ തിരിഞ്ഞു നോക്കിയപ്പോൾ അവൾ സാരിത്തുമ്പുകൾകൊണ്ട് കണ്ണു തുടക്കുകയായിരുന്നു.

ജാഫ്ന

കൊളംബോയിൽ നിന്നുള്ള രാത്രി ബസിലാണ് ജാഫ്നയിൽ എത്തിയത്.

ജാഫ്ന ബസ് ടെർമിനലിൽ വണ്ടി എത്തിയപ്പോൾ നേരം പുലർന്നിട്ടേയുള്ളൂ.

ടെർമിനലിനു പുറത്തുള്ള ഓട്ടോ സ്റ്റാൻഡ് സജീവമായിട്ടുണ്ട്. നിർത്തിയിട്ട ഓട്ടോയിൽ നിന്ന് ഉയർന്ന ശബ്ദത്തിൽ ഭജനകീർത്തനങ്ങൾ കേൾക്കാം. ഞങ്ങൾ ഓട്ടോക്കാരെ ശ്രദ്ധിക്കാതെ നേരെ മുന്നിൽ കണ്ട ചായക്കടയിലേക്ക് കയറി.

കാഷ് കൗണ്ടറിനു പിറകിലെ ചുവരുകൾ നിറയെ ഹിന്ദുദൈവങ്ങളുടെ ചിത്രങ്ങളുണ്ട്. കാഷ്യറുടെ കാബിനിൽ വെച്ചിട്ടുള്ള ഓട്ടുവിഗ്രഹങ്ങൾക്ക് ചുറ്റിലും ചന്ദനത്തിരി പുകയുന്നു.

വടയും ഇഡ്ഡലിയും ദോശയുമെല്ലാം തയാറായിക്കഴിഞ്ഞു. തമിഴ്നാട്ടിലെ ഒരു നഗരത്തിലെത്തിയ പ്രതീതി. ഓരോ വടയും ചായയും കഴിച്ച് ഞങ്ങൾ പുറത്തിറങ്ങി.

ഓട്ടോക്കാർ വീണ്ടും പിന്നാലെ വന്നു.

“എങ്കേ, പോണം സർ?”

“മുഹമ്മദിയ ജമാ മസ്ജിദ് തെരിയുമാ..?”

“തെരിയും, ജാസ്തി ദൂരം ഇരിക്കാത്, പക്കത്ത് താൻ.”

ജാഫ്നയിൽ എൽ.ടി.ടി.ഇക്കാർ താവളമാക്കിയ പള്ളിയായിരുന്നു അത്. ഇരുന്നൂറു വർഷത്തിലേറെ പഴക്കം ചെന്ന പള്ളി. ഓട്ടോയിൽ കയറിയിരുന്നു. പത്തു മിനിറ്റിനകം അവിടെ എത്തി.

പള്ളി കോമ്പൗണ്ടിന്റെ ഇടതുവശത്ത് തുരുമ്പെടുത്ത ഗേറ്റ് കടന്നാൽ 'മദ്റസത്തുദ്ദീൻ സ്കൂൾ 1908' എന്ന് കൊത്തിവെച്ചിട്ടുള്ള പഴക്കം ചെന്ന കവാടം കാണാം.

വലതുവശത്താണ് പള്ളി.

മുൻവശത്ത് ഒരു ചെറിയ ഹൗദ് (ജലസംഭരണി).

പള്ളിയുടെ നിലത്തും ചുവരുകളിലുമെല്ലാം നിറയെ തുളകൾ.

ഞങ്ങൾ പള്ളിയും ചുറ്റുപാടും നിരീക്ഷിച്ചുകൊണ്ട് നിൽക്കുന്നതിനിടയിൽ ഒരു മധ്യവയസ്കൻ പള്ളിയിൽനിന്ന് ഇറങ്ങിവന്നു. കള്ളി മുണ്ടും ബനിയനുമാണ് വേഷം. മുടിയിലും കുറ്റിത്താടിയിലും നര കയറിയിട്ടുണ്ട്. അദ്ദേഹം ഞങ്ങളെ നോക്കി ചിരിച്ച് അഭിവാദ്യം ചെയ്തു.

അബ്ദുൽഖാദർ എന്നാണ് അദ്ദേഹത്തിന്റെ പേര്. അപ്പയും അമ്മയും ഭാര്യയും മക്കളും പേരമക്കളും അടക്കം ഒമ്പതംഗ കുടുംബത്തിന്റെ ഗൃഹനാഥൻ.

ബാങ്ക് ജീവനക്കാരൻ ആയിരുന്നു.

എൽ.ടി.ടി.ഇ ജാഫ്ന പിടിച്ചടക്കിയപ്പോൾ കുടിയൊഴിപ്പിക്കപ്പെട്ട നിരവധി പേരിൽ ഒരാൾ.

അന്ന് അകന്ന ബന്ധുക്കളുടെ വീട്ടിൽ അഭയം തേടി കൊളംബോയിലേക്ക് പറിച്ചു നടപ്പെടുകയായിരുന്നു അദ്ദേഹവും കുടുംബവും. ജാഫ്നയിലെ ബാങ്കിൽ നിന്ന് കൊളംബോ ബ്രാഞ്ചിലേക്ക് മാറ്റം കിട്ടാൻ പരിശ്രമിച്ച് നോക്കിയിരുന്നു. പക്ഷേ, നടന്നില്ല.

ജാഫ്നയിൽ നിൽക്കാൻ പറ്റാതെ വന്ന സാഹചര്യത്തിൽ ജോലി രാജിവെച്ച് കൊളംബോയിലേക്ക് പോയി.

കുട്ടികൾക്ക് കൊളംബോ വിട്ട് ഇങ്ങോട്ട് വരാൻ താൽപര്യമില്ല.

പക്ഷേ, അബ്ദുൽ ഖാദറിനു പിറന്ന മണ്ണ് വിട്ടുപോകാനാകുന്നില്ല.

ഓരോ തവണ കൊളംബോയിൽ എത്തുമ്പോഴും ജാഫ്ന വിളിക്കുന്നതുപോലെ അബ്ദുൽ ഖാദറിന് തോന്നും.

തന്റെ പൂർവികർ അന്തിയുറങ്ങുന്ന ഈ നാടിനെ എങ്ങനെ വിട്ടേച്ച് പോകും.

പൂർവികർ പണിതുയർത്തിയ പള്ളിയെ അനാഥമാക്കാൻ എങ്ങനെ കഴിയും.

അതുമാത്രവുമല്ല, പ്രദേശത്ത് സ്ഥിരവാസമില്ലെങ്കിൽ ഇവിടെയുള്ള തന്റെ ഭൂമി കൈവിട്ട് പോകും. അവിടെ പുതിയ വീട് വെക്കാൻ

സർക്കാർ നൽകുന്ന ആനുകൂല്യങ്ങൾക്ക് അർഹനല്ലാതായിത്തീരും. അതുകൊണ്ടാണിന്നും അയാൾ ഈ പള്ളിയിൽ വന്ന് കൂടുന്നത്.

അബ്ദുൽ ഖാദറിന്റെ അതേ മാനസികാവസ്ഥയിലുള്ള വേറെയും പലരെ ഞങ്ങൾ ആ പള്ളിയിൽ കണ്ടു.

തമിഴ്നാടിനോട് അടുത്തുകിടക്കുന്ന തീരമാണ് ജാഫ്നയും സമീപ പ്രദേശങ്ങളും.

തമിഴർ ഇന്ത്യയിൽ നിന്ന് ആദ്യമായി കുടിയേറിയത് ഈ ഭാഗങ്ങളിലേക്കാണ്.

ശ്രീലങ്കയുടെ വടക്കൻ പ്രവിശ്യയുടെ തലസ്ഥാനമാണ് ഈ നഗരം.

ബ്രിട്ടീഷ് അധിനിവേശ ഘട്ടത്തിൽ ശ്രീലങ്കയിൽ രാഷ്ട്രീയമായും വൈജ്ഞാനികമായും തമിഴ് വംശജരാണ് ഉന്നതിയിൽ ഉണ്ടായിരുന്നത്. വിദ്യാഭ്യാസവും നൈപുണികളും അവർക്കായിരുന്നു. കഠിനാധ്വാനികളും പരിശ്രമശാലികളുമായ തമിഴരാണ് ആധുനിക ശ്രീലങ്ക പടുത്തുയർത്തിയത്.

അതേസമയം ജനസംഖ്യയുടെ എഴുപത് ശതമാനത്തിലേറെ വരുന്ന സിംഹള ബുദ്ധിസ്റ്റുകൾ നിരക്ഷരരായിരുന്നു. കാര്യപ്രാപ്തി ഇല്ലാതിരുന്ന അവർ അധികാര സ്ഥാനങ്ങളിൽ മികവ് കാട്ടിയിരുന്നില്ല.

1950ൽ ശ്രീലങ്ക സ്വതന്ത്രമായതോടെ ഈ അവസ്ഥക്ക് മാറ്റം സംഭവിച്ചു. തമിഴരുടെ പ്രതാപം ക്ഷയിക്കുകയും സിംഹള ഭൂരിപക്ഷത്തിന്റെ കൈകളിൽ അധികാരം എത്തിച്ചേരുകയും ചെയ്തു. വിദ്യാഭ്യാസ രംഗത്ത് സിംഹളർ ഉയർന്നുവന്നു.

അതോടെ തമിഴ് വംശജർ കുടിയേറ്റ ജനതയും രണ്ടാംകിട പൗരന്മാരുമായി മുദ്രകുത്തപ്പെട്ടുതുടങ്ങി.

സിംഹള ഭൂരിപക്ഷമുള്ള ഗവൺമന്റുകൾ തമിഴ് വിരുദ്ധ വംശീയതക്ക് പരോക്ഷ പിന്തുണയും നൽകി.

ഇതാണ് തമിഴ് വംശജർക്കിടയിൽ അമർഷം അണപൊട്ടിയൊഴുകാൻ നിമിത്തമായത്.

ആദ്യഘട്ടത്തിൽ ജാതി മതഭേദമന്യേ തമിഴ് ജനത ഒറ്റക്കെട്ടായിരുന്നു സിംഹളർക്കെതിരെ. തമിഴ് സ്വത്വവും സംസ്കാരവും മാത്രമായിരുന്നു അവരെ ഏകോപിപ്പിച്ച ഘടകം.

ലിബറേഷൻ ടൈഗേഴ്സ് ഓഫ് തമിഴ് ഈഴം എന്ന എൽ.ടി.ടി.ഇ എന്ന സംഘടന വേലുപ്പിള്ളി പ്രഭാകരന്റെ നേതൃത്വത്തിൽ

1976ൽ രൂപവത്കൃതമായതോടെ തമിഴ് ദേശീയതക്ക് മതപരമായ ഒരു മാനം കൂടെ നൽകപ്പെട്ടു.

മുസ്ലിംകളുടെ തമിഴ് സാംസ്കാരിക സ്വത്വം അവർ അംഗീകരിച്ച് കൊടുത്തില്ല. ജാഫ്നയും തമിഴ് മുസ്‌ലിം ഭൂരിപക്ഷമുള്ള കിഴക്കൻ പ്രദേശങ്ങളുമുൾക്കൊള്ളുന്ന സ്വതന്ത്ര ഈഴത്തിനായി സായുധ പോരാട്ടം ആരംഭിച്ച തമിഴ് പുലികൾ മുസ്ലിംകളെ ശത്രുപക്ഷത്ത് നിർത്തി.

മുസ്ലിംകൾ അടക്കം ഇതര തമിഴ് സാംസ്കാരിക വിഭാഗങ്ങളെ ആട്ടിയോടിക്കാനാണ് എൽ.ടി.ടി.ഇ തുനിഞ്ഞത്.

തമിഴർക്കിടയിൽ തന്നെയുള്ള 'സ്വതന്ത്ര ഈഴം' എന്ന ആശയത്തോട് വിയോജിക്കുന്ന ഇതര വിഭാഗങ്ങളെ പൂർണമായും തഴഞ്ഞാണ് ജാഫ്നയിൽ പുലികൾ ആധിപത്യം സ്ഥാപിച്ചത്.

മുസ്‌ലിംകളല്ലാത്ത മറ്റനേകം തമിഴർക്കും എൽ.ടി.ടി.ഇയോട് വിയോജിപ്പ് ഉണ്ടായിരുന്നുവെങ്കിലും മുസ്ലിംകളോടുള്ളത്ര വെറുപ്പ് അവരോട് കാട്ടിയിരുന്നില്ല. തമിഴ് പുലികളുടെ സായുധ രീതികളോടും സ്വതന്ത്ര ഈഴമെന്ന ആശയത്തോടും വിയോജിപ്പുള്ളതുകൊണ്ട് ആഭ്യന്തര കലാപത്തിൽനിന്ന് വിട്ടുനിന്ന മുസ്ലിംകളെ സിംഹള ഗവൺമെന്റുകൾ വിശ്വാസത്തിലെടുക്കുകയും അവർക്ക് ഭരണ പ്രാതിനിധ്യം നൽകുകയും ചെയ്തു. ഈ സാഹചര്യത്തിൽ മുഴുവൻ മുസ്‌ലിംകളെയും ഒറ്റുകാരും വഞ്ചകരുമായി എൽ.ടി.ടി.ഇ തലവൻ വേലുപ്പിള്ള പ്രഭാകരൻ പ്രഖ്യാപിക്കുകയായിരുന്നു. ജാഫ്നയിൽ മുസ്‌ലിം ഉന്മൂലനം ലക്ഷ്യംവെച്ച് നടപ്പാക്കിയ ഭീകരമായ താണ്ഡവങ്ങളുടെ പശ്ചാത്തലമിതാണ്.

പ്രേത നഗരം

അബ്ദുൽ ഖാദർ ഞങ്ങളെ പള്ളിയും പരിസരവും കാണിച്ച് തന്നു.

ഈ പള്ളിക്കകത്തായിരുന്നു പെൺപുലികളുടെ വാസം.

അവർ കുളിക്കാൻ ഈ ഹൗദ് ആണ് ഉപയോഗിച്ചിരുന്നത്.

പള്ളിയിലായിരുന്നു കിടപ്പ്.

മുന്നിൽ കാണുന്ന, ആ ഗ്രൗണ്ടിൽ ആയിരുന്നു പുലികളുടെ പരിശീലനം.

അടുത്തുള്ള വീടുകളിൽ കമാൻഡർമാരും മിലിറ്ററിയും ഉന്നത നേതാക്കളും താമസിച്ചു. 1990നു മുമ്പ് മൂവായിരത്തോളം മുസ്ലിം കുടുംബങ്ങൾ ജാഫ്ന ജില്ലയിൽ ഉണ്ടായിരുന്നു. ഇരുപത് പള്ളികൾ. എല്ലാം പൂർണമോ ഭാഗികമോ ആയി തകർത്തു. ഇപ്പോൾ 600 കുടുംബങ്ങൾ മാത്രമേയുള്ളൂ.

പല നാടുകളിൽ അഭയാർഥികളായി ചിതറിപ്പോയവർ മടങ്ങി വരാൻ കൂട്ടാക്കുന്നില്ല. 2009ൽ പുലികളെ പൂർണമായി തുരത്താൻ വേണ്ടി ശ്രീലങ്കൻ സേനയും ഇന്ത്യൻ പട്ടാളവും നടത്തിയ അന്തിമ യുദ്ധത്തിൽ പുലികൾ കൈയടക്കി താവളമാക്കിയ പള്ളികളും സ്ഥാപനങ്ങളും വീടുകളും നിലംപൊത്തുകയോ ഗുരുതരമായി കേടുപാടുകൾ സംഭവിക്കുകയോ ചെയ്തു.

“നോക്കൂ, പള്ളിയുടെ ചുവരുകളിലെ ദ്വാരങ്ങളും നിലത്ത് ടൈൽസിലെ കുഴികളും. ഇതൊക്കെ ബോംബിങ്ങിൽ സംഭവിച്ചതാണ്.”

അബ്ദുൽ ഖാദർ ഞങ്ങളെയുമായി നടക്കാനിറങ്ങി.

അക്ഷരാർഥത്തിൽ ഒരു പ്രേതനഗരംപോലെയുണ്ട് ജാഫ്നയുടെ ഈ ഭാഗങ്ങൾ.

ടെറസിട്ട വലിയ വീടുകളും ഓടു മേഞ്ഞ വീടുകളും റോഡിനിരുവശവും അനാഥമായിക്കിടക്കുന്നു.

പലതും മേൽക്കൂര തകർന്ന് ഒടിഞ്ഞ് തൂങ്ങിയിട്ടുണ്ട്.

വാതിലുകളും ജനലുകളുമില്ല വീടുകൾക്ക്.

ഈ നാട്ടുകാർ വർഷങ്ങളോളം ഗൾഫ് രാജ്യങ്ങളിൽ എല്ലുമുറിയെ പണിയെടുത്ത് പണിത വീടുകളാണ് അസ്ഥികൂടങ്ങളായി നിൽക്കുന്നത്.

അപൂർവം ചില വീടുകൾ പുനർനിർമിക്കുന്നുണ്ട്. പുലികൾ ഒഴിഞ്ഞ് പോയിട്ട് ഒരു ദശാബ്ദമാകാറായിട്ടും വീടുകളിലേക്ക് ആളുകൾ തിരിച്ച് വരുന്നില്ല. സർക്കാർ പുനരധിവാസ പദ്ധതികളിൽ പ്രദേശ വാസികൾക്ക് അതൃപ്തിയുണ്ട്.

പ്രാദേശിക ഭരണം കൈയാളുന്ന സിംഹളരായ ഭരണാധികാരികളും ഉദ്യോഗസ്ഥരും തമിഴ് പുലികൾ കാണിച്ച അതേ മനോഭാവമാണ് ഇപ്പോൾ പിന്തുടരുന്നത് എന്ന് അബ്ദുൽ ഖാദർ അനുഭവങ്ങൾ നിരത്തി സമർഥിക്കുന്നു.

മുഹമ്മദിയ പള്ളിയും ശ്മശാനവും സ്കൂളുമെല്ലാമുള്ള സിന്നക്കൈ ബീച്ച് റോഡ് ഒരു മുസ്ലിം അധിവാസ മേഖലയായിരുന്നു.

സുന്നി മുസ്ലിംകൾ ആയിരുന്നു ഭൂരിഭാഗവും.

ശൈവമത വിശ്വാസികളാണ് ഇവിടെ താമസിച്ചിരുന്ന തമിഴ് ഹിന്ദുക്കൾ.

പരിവർത്തനം ചെയ്ത തമിഴ് ക്രിസ്ത്യാനികളും ഉണ്ടായിരുന്നു.

എൽ.ടി.ടി.ഇ പിടിച്ചടക്കും മുമ്പ് പ്രദേശ വാസികൾ വളരെ ഒത്തൊരുമയോടെയാണ് ജീവിച്ചിരുന്നത്. വംശീയതയുടെ ദുർഭൂതങ്ങൾ ആ സ്നേഹപാശങ്ങൾ അറുത്ത് സ്പർധയും വെറുപ്പും കുടിയിരുത്തി.

തകർന്ന കെട്ടിടങ്ങൾ നോക്കി ഞങ്ങൾ നടന്നു.

കുറെ നടന്ന് അബ്ദുൽ ഖാദർ വലത്തോട്ട് തിരിഞ്ഞു. റോഡിനോട് ചേർന്ന് ചുറ്റുമതിലുകൾക്കകത്ത് ഒറ്റച്ചുമർ ഉയർന്ന് നിൽക്കുന്നു.

അതിനോട് ചേർന്ന് അങ്ങുമിങ്ങും മൺകൂനകൾ.

"ഇതായിരുന്നു എന്റെ വീട്. ബോംബിങ്ങിൽ പറ്റേ തകർന്ന്

പോയതാ... സാമാന്യം സൗകര്യങ്ങൾ ഉള്ള വീടായിരുന്നു. വീട് പുതുക്കി പണിയാനുള്ള സർക്കാർ സഹായത്തിനു കാത്ത് നിൽക്കു കയാണ് ഞാനിപ്പോൾ..."

റോഡിലേക്ക് മടങ്ങിയപ്പോൾ ഇരുപത്തഞ്ച് വയസ്സ് തോന്നിക്കു ന്ന ഒരു ചെറുപ്പക്കാരൻ എതിരെ വരുന്നു. അബ്ദുൽ ഖാദർ ഞങ്ങളെ അവന് പരിചയപ്പെടുത്തി.

സൽഫീർ എന്നാണവന്റെ പേര്.

സാമൂഹിക പ്രവർത്തകൻ.

സർക്കാറിന്റെ പുനരധിവാസ പ്രവർത്തനങ്ങളെ ഗുണഭോക്താ ക്കൾക്ക് ലഭ്യമാക്കാൻ തദ്ദേശ ഭരണകൂടവുമായി സഹകരിച്ച് പ്ര വർത്തിച്ച് വരുകയാണ്. 2015-16 വർഷങ്ങളിൽ ഇവിടെയും ന്യൂമൂർ സ്ട്രീറ്റിലുമായി നൂറോളം വീടുകൾ പണികഴിപ്പിച്ചിട്ടുണ്ടെന്ന് സൽഫീർ പറഞ്ഞു.

ശ്രീലങ്ക, ഇന്ത്യ സർക്കാറുകളുടെ സംയുക്ത പദ്ധതിയായാണ് പുന രധിവാസ സ്കീം. സ്കീമിൽ പണി പൂർത്തിയായ വീടുകൾ കാട്ടിത്തരാം എന്ന് പറഞ്ഞ് സൽഫീർ ഞങ്ങളെയുംകൊണ്ട് കുറച്ച് ദൂരം നടന്നു.

ഒരുകാലത്ത് വാർത്തകളിൽ നിറഞ്ഞ പ്രദേശമാണിത്.

കനത്ത പോരാട്ടം നടന്ന ഭൂമി.

അഗ്നിഗോളങ്ങൾ വീണ് മണ്ണു കരിഞ്ഞിരിക്കുന്നു.

മരങ്ങൾ ഉണങ്ങിയിരിക്കുന്നു.

തെരുവോരങ്ങളിൽ തകർന്ന കെട്ടിടങ്ങളുടെ അസ്ഥികൂടങ്ങൾ

ദയനീയമായ കാഴ്ചയാണ്.

എത്ര മനുഷ്യരുടെ സ്വപ്നങ്ങളാണ് ചാമ്പലായിപ്പോയത്!

റോഡ് തിരിയുന്ന ഒരു മൂക്കിൽ എത്തിയപ്പോൾ സൽഫീർ തിരി ഞ്ഞുനിന്നു.

"ഇത് കണ്ടോ, ഈ കുറ്റിക്കാട്? നിറയെ കറുവേല ചെടികൾ ആണ്. ഇവിടെ പലേടത്തും കാണാം. ഇന്ത്യൻ സേന താവളമടിച്ച സ്ഥലങ്ങളിൽ ആണ് കറുവേല കാണുക."

യുദ്ധങ്ങളുടെയും അധിനിവേശങ്ങളുടെയും തേരേറി സസ്യങ്ങളുടെ ദേശാന്തര സഞ്ചാരത്തെ പറ്റി ചിന്തിച്ചപ്പോൾ കൗതുകം തോന്നി.

പറങ്കികളും ഡച്ചുകാരും നമുക്ക് പല സസ്യങ്ങൾ തന്നേച്ച് പോയി ട്ടുണ്ടല്ലോ.

ജാഫ്നയിൽ അവിടവിടെ കാണുന്ന കറുവേലചെടികൾ തമിഴരിൽ അരിശം ഉണർത്തുമായിരിക്കണം. അത് അവരുടെ മനസ്സുകളിൽ യുദ്ധത്തിന്റെ ഓർമകൾ കൊണ്ടുവരുമായിരിക്കണം.

റോഡിന്റെ ഇരുവശങ്ങളിലുമായാണ് ആഭ്യന്തരകലാപ കാലത്ത് കുടിയൊഴിപ്പിക്കപ്പെട്ടവർക്ക് വേണ്ടി നിർമിച്ചിട്ടുള്ള ചെറിയ വീടുകൾ.

ഒഴിഞ്ഞ ഇടങ്ങളിൽ ആക്രി സാധനങ്ങൾ കൂട്ടിയിട്ടിരിക്കുന്നു.

പഴയ ഇരുമ്പും കത്തിയമർന്ന വാഹനങ്ങളും.

വീടുകൾക്കിടയിൽ സ്റ്റേഷനറി സാധനങ്ങൾ വിൽക്കുന്ന പെട്ടി ക്കടകളുണ്ട്.

സ്ത്രീകളും കുട്ടികളുമാണ് കച്ചവടക്കാർ.

പുലികൾ ഇറങ്ങിയ നാൾ

പുനരധിവസിപ്പിക്കപ്പെട്ട വീടുകൾ കാണാനും മടങ്ങി വന്ന് അവിടെ താമസമാക്കിയവരോട് സംസാരിക്കാനും വേണ്ടി ഞങ്ങൾ സുൽഫീറിനൊപ്പം ആ കോളനിയിലേക്ക് പോയി.

ഒന്നോ രണ്ടോ മുറികളുള്ള കുഞ്ഞു വീടുകളാണ്.

വൃദ്ധരും സ്ത്രീകളും മാത്രമേ വീട്ടിൽ ഉണ്ടായിരുന്നുള്ളൂ.

അവരുടെ മുഖത്ത് കൊടിയ വേദനകൾ സഹിച്ചതിന്റെ നീലിമ മാഞ്ഞിട്ടില്ല.

ഒരുകാലത്ത് സുഭിക്ഷമായി ഉണ്ടും ഉറങ്ങിയും കഴിഞ്ഞവരാണ് ഇപ്പോൾ നാടോടികളെപോലെ ആയി മാറിയത്. വേഷത്തിലും പെരുമാറ്റത്തിലും അലച്ചിലിന്റെ വല്ലായ്മ പ്രകടമാണ്.

ഒരു മുന്നറിയിപ്പുമില്ലാതെയായിരുന്നു, നാട്ടുവിട്ട് പോയിക്കൊള്ളണം എന്ന് പുലികൾ ആജ്ഞ പുറപ്പെടുവിച്ചത്. പിറന്ന മണ്ണിൽ നിന്ന് പറിച്ചെറിയപ്പെട്ടും എന്ന് സ്വപ്നത്തിൽ പോലും നിനച്ചിരുന്നില്ല അവർ. നാട്ടുകാരും അയൽക്കാരുമായ തമിഴർക്ക് എൽ.ടി.ടി.ഇക്കാരെ തടയാനാകുമായിരുന്നില്ല.

പുറത്തുനിന്ന് വന്നവരാണ് കുടിയൊഴിയാൻ കൽപിച്ചത്.

അന്ന് കുടിയൊഴിപ്പിക്കപ്പെട്ടവർ രണ്ടര പതിറ്റാണ്ടിനു ശേഷവും വിറങ്ങലിപ്പോടെയാണ് ആ ദുരന്തനാൾ ഓർക്കുന്നത്.

ഞങ്ങളെ കണ്ടപ്പോൾ ഒരു വീട്ടുകാരി പുറത്തേക്ക് വന്നു. നരച്ച് നിറം മങ്ങിയ രണ്ട് മൂന്ന് പ്ലാസ്റ്റിക് കസേരകൾ വലിച്ചിട്ട് അവർ ഞങ്ങളോട് ഇരിക്കാൻ പറഞ്ഞു.

അബ്ദുൽ ഖാദർ ഞങ്ങളെ പരിചയപ്പെടുത്തി.

"ഇന്ത്യയിൽ നിന്നാണ്. നമ്മളെയൊക്കെ കാണാൻ വന്നതാ..."

അവർ തല കുലുക്കി.

മുഖത്ത് ചിരി വരുത്തി.

ഭവ്യതയോടെ സാരിത്തലപ്പ് തലയിലേക്ക് വലിച്ചിട്ടു.

അബ്ദുൽഖാദർ അവർക്കൊക്കെ വലിയ ബഹുമാനമുള്ള ആളാണെന്ന് അവരുടെ ഭാവങ്ങളിൽനിന്ന് വായിച്ചെടുക്കാം.

ഷർമിനാസ് ഷഹാബുദ്ദീൻ എന്നാണവരുടെ പേര്.

വയസ്സ് നാൽപത്തി ആറേ ആയുള്ളൂ.

എന്നാൽ, ജീവിത പ്രതിസന്ധികൾ കാരണം ശരീരം പ്രായത്തെയും മറികടന്ന് മുന്നോട്ട് പോയിരിക്കുന്നു. അഞ്ചംഗ കുടുംബത്തിലെ ഏക പെൺതരിയായിരുന്നു ഷർമിനാസ്. ആങ്ങളമാർ പല പണികളും ചെയ്ത് പല ഇടങ്ങളിൽ കഴിഞ്ഞ് കൂടുന്നു.

വിവാഹമോചിതയാണ്.

"മകന് രണ്ട് വയസ്സ് പൂർത്തിയാകുന്നതിന്റെ തലേന്നാൾ ആയിരുന്നു അത്.

കൃത്യമായി പറഞ്ഞാൽ 1990 ഒക്ടോബർ 30.

ഇപ്പോൾ അവന് ഇരുപത്തിയേഴ് കഴിഞ്ഞു. അന്ന് വൈകുന്നേരം മൂന്ന് മണി സമയം ആയിക്കാണണം.

ഞങ്ങൾ വീട്ടിൽ സൊറ പറഞ്ഞിരിപ്പാണ്.

അപ്പോൾ ഒരു അനൗൺസ്മെന്റ് ജീപ്പ് അതുവഴി വന്നു.

പരിസരവാസികൾ എത്രയും പെട്ടെന്ന് അടുത്തുള്ള സ്കൂളിൽ എത്തിച്ചേരണം എന്നായിരുന്നു വിളിച്ചുപറഞ്ഞത്.

വേലുപ്പിള്ള പ്രഭാകരന്റെ നിർദേശമനുസരിച്ചാണ് അനൗൺസ്മെന്റ്."

അൽപസമയത്തിനുള്ളിൽ പച്ച യൂനിഫോം അണിഞ്ഞ പുലിസംഘം അവിടെ ഇരച്ചെത്തി. ആളുകൾ ഒറ്റയും തറ്റയുമായി സ്കൂളിലേക്ക് ചെന്നു.

ഞങ്ങളുടെ ആണുങ്ങൾ എല്ലാവരും സ്ഥലത്ത് ഉണ്ടായിരുന്നില്ല.

പലരും പണിക്ക് പോയതായിരുന്നു.

സ്ത്രീകളും കുഞ്ഞുങ്ങളും പ്രായം ചെന്ന പുരുഷന്മാരുമായിരുന്നു അതിലേറെയും.

എൽ.ടി.ടി.ഇയുടെ കവചിത വാഹനങ്ങൾ സ്കൂളിന്റെ മുന്നിൽ വന്നുനിന്നു.

തോക്കുധാരികളായ പോരാളികൾ ചാടിയിറങ്ങി ഞങ്ങളെ വലയം ചെയ്തു.

ഞങ്ങൾ ഭയംകൊണ്ട് നടുങ്ങി.

ഉടനെ ഒരു കൂട്ടവെടിവെപ്പ് നടക്കാൻ പോകുകയാണെന്നാണ് ഞങ്ങൾ കരുതിയത്.

ശ്വാസം നേരെ വീഴുന്നില്ല.

ഉടനെ പുലിത്തലവൻ ഒരു ജീപ്പിന്റെ ബോണറ്റിലേക്ക് ചാടിക്കയറി.

“ജാഫ്ന ഇനി മുതൽ എൽ.ടി.ടി.ഇയുടെ താവളമായിരിക്കും. ഇത് തമിഴരുടെ ഈഴമാണ്. രണ്ട് മണിക്കൂർ സമയം മാത്രമേ ഇനി ഈ മണ്ണിൽ നിങ്ങൾക്കുള്ളൂ. നിങ്ങളെ ഞങ്ങൾ ജീവിക്കാൻ വിടുന്നു. എവിടെയെങ്കിലും പോയി ജീവിക്കാം. രണ്ട് മണിക്കൂറിനകം കൂടെ എടുക്കാൻ പറ്റുന്നത് ഒക്കെ എടുത്ത് പോകാൻ തയാറായിക്കൊള്ളുക.

അനുസരണക്കേട് കാണിച്ച് ജീവൻ കളയണ്ട...”

വീട്ടിലേക്ക് പോയി തയാറായിക്കൊള്ളാൻ പുലികൾ നിർദേശം നൽകി.

ആരും ചെറുത്തില്ല.

കീഴടങ്ങുക അല്ലാതെ മാർഗമുണ്ടായിരുന്നില്ല.

ഒന്ന് ഉറക്കെ കരയാൻപോലും ആർക്കും ധൈര്യമുണ്ടായില്ല.

വസ്ത്രവും വീട്ടുസാമാനങ്ങളും സ്വർണവും കണ്ണിൽ കണ്ടതെല്ലാം ഞങ്ങൾ പെറുക്കി ചാക്കിൽ കെട്ടി.

എന്റെ രണ്ട് വയസ്സുകാരൻ വാവിട്ട് കരയുന്നുണ്ടായിരുന്നു.

എല്ലാ വീടുകളിലും തിരക്കിട്ട ഒരുക്കമായിരുന്നു.

എങ്ങോട്ടാണ് പോകുന്നത് എന്നതിനെ കുറിച്ച് ഒരു നിശ്ചയവുമില്ലാത്ത ഒരുക്കം.

ഞങ്ങൾ കെട്ടും മാറാപ്പുമായി വെളിയിൽ ഇറങ്ങിനിന്നു. ആർക്കും പരസ്പരം മിണ്ടാനാകുന്നില്ല. മകൻ ദാഹിച്ച് കരയുകയായിരുന്നു. എന്റെ അയൽക്കാരി ശശികല അമ്മാൾ ഒരുകുടത്തിൽ വെള്ളം കൊണ്ട് വന്ന് അവനെ കുടിപ്പിച്ചു.

എന്നെ കെട്ടിപ്പിടിച്ച് കരയാൻ മാത്രമേ അവൾക്ക് കഴിയുമായിരുന്നുള്ളൂ.

“അയൽക്കാർ ആയ തമിഴർ ആരും നിങ്ങളെ സംരക്ഷിക്കാൻ മുതിർന്നില്ലേ?”-

ഞാൻ ഇടക്ക് കയറി.

അവർ നിസ്സഹായരായിരുന്നു.

നോക്കി നിൽക്കാൻ അല്ലാതെ പ്രതിഷേധിക്കാൻ അവർക്ക് കഴിയുമായിരുന്നില്ല.

പ്രതിഷേധിച്ചാൽ വർഗശത്രു ആയി കണക്കാക്കും. പിന്നെ അവരുടെ ഗതിയും ഇതുതന്നെയാകും.

തമിഴരിൽ കുറച്ച് പേർ പുലി അനുഭാവികൾ ഉണ്ടായിരുന്നു.

സ്വതന്ത്ര ഈഴം ആഗ്രഹിക്കുന്നവർ.

അവർ മുസ്ലിംകൾ പള്ളികളിൽ ആയുധം ഒളിപ്പിച്ചിട്ടുണ്ട്, പട്ടാളത്തിനു ഒറ്റുകൊടുക്കുന്നുണ്ട് എന്നൊക്കെ പ്രചരിപ്പിച്ചിരുന്നു.

എന്നാൽ, നാട്ടുകാർക്കിടയിൽ പരസ്പര പോരാട്ടം ഒന്നും ഉണ്ടായിട്ടില്ല.

രണ്ട് മണിക്കൂർ ആയപ്പോഴേക്കും വലിയ ലോറികൾ വന്നുനിന്നു.

പുലികൾ ഏർപ്പാട് ചെയ്ത ലോറികൾ ആയിരുന്നു അത്.

ഞങ്ങളോട് അതിൽ കയറാൻ കൽപിച്ചു.

ഞങ്ങൾ സാമാനങ്ങൾ അതിൽ കയറ്റി.

കുട്ടികളെയും ഞങ്ങളെയും അതിൽ പിടിച്ചു കയറ്റി.

വണ്ടി ഇളകി.

എന്റെ വീടിനെ അവസാനമായി ഒന്ന് നോക്കി.

മനസ്സിനകത്ത് ഒരു അഗ്നിപർവതം പൊട്ടി. ആ ആന്തൽ ഇപ്പോഴും മാറിയിട്ടില്ല. ജീവിതാന്ത്യംവരെ അത് മാറുകയുമില്ല. നാൽപത്തഞ്ച് കുടുംബങ്ങളാണ് ഒറ്റ രാത്രികൊണ്ട് അഭയാർഥികളായത്.

ദിവസങ്ങൾക്കകം ജാഫ്നയിലെ മുസ്ലിംകൾ ഏതാണ്ട് പൂർണമായും നീക്കംചെയ്യപ്പെട്ടു.

അഭയാർഥി ക്യാമ്പുകൾ

വടക്കുപടിഞ്ഞാറൻ പ്രവിശ്യയിൽപെട്ട പുത്തലം എന്ന ജില്ലയിലേക്കാണ് ഞങ്ങളെ കൊണ്ടുപോയത്.

മുസ്ലിം ഭൂരിപക്ഷ മേഖലയാണ്.

ജനസംഖ്യയിൽ ഒന്നാമത് ബുദ്ധിസ്റ്റുകൾ.

പുത്തലം ഉള്ള ഒരു സർക്കാർ സ്കൂളിന് മുന്നിൽ ലോറി നിർത്തി അവിടെ ഇറങ്ങിക്കൊള്ളാൻ ഞങ്ങളോട് ആവശ്യപ്പെട്ടു.

ആരും സഹായത്തിനുണ്ടായിരുന്നില്ല.

ആഹാരമോ ഭക്ഷണമോ ഇല്ല.

മൂന്ന് നാലു ദിവസം നരകയാതനതന്നെയായിരുന്നു.

പിന്നീട് നാട്ടുകാരുടെ സഹായമുണ്ടായി. അഭയാർഥികൾക്ക് ഭക്ഷണവും അവശ്യ സൗകര്യങ്ങളും ഒരുക്കാൻ പ്രാദേശിക കൂട്ടായ്മകൾ നിലവിൽ വന്നു.

ദിവസങ്ങൾക്കകം സർക്കാർ ഔദ്യോഗികമായി ക്യാമ്പ് തുടങ്ങി. റേഷൻ അനുവദിച്ചു. അഞ്ചംഗ കുടുംബത്തിനു മാസംപ്രതി 630 രൂപയാണ് സർക്കാർ അനുവദിച്ചത്.

യു.എൻ അഭയാർഥി കൗൺസിലും ഭക്ഷണവും മറ്റു സഹായങ്ങളും നൽകി.

സാരികൊണ്ടോ താർപ്പായകൊണ്ടോ മറച്ച ക്യാമ്പുകളിലാണ് കുറെ കാലം ഞങ്ങൾ കഴിഞ്ഞത്. ഒട്ടും സ്വകാര്യത ഉണ്ടായിരുന്നില്ല അതിൽ. അച്ഛനമ്മമാരും പ്രായപൂർത്തിയായ മക്കളും നവദമ്പതികളും

എല്ലാം ആ മറകൾക്കുള്ളിൽ കഴിച്ചുകൂട്ടി. വേറെ നിവൃത്തിയില്ലല്ലോ.

കല്യാണവും ഇണചേരലും

ഗർഭവും പ്രസവവും

തീനും കുടിയും വിസർജനവും

മരണവും അവിടെതന്നെ. ഓർത്തു നോക്കൂ അതിന്റെ ദൈന്യത!

പന്ത്രണ്ട് വർഷം അവിടെയാണ് ജീവിച്ചത്.

"കുട്ടികളുടെ പഠനമൊക്കെ എങ്ങനെ ആയിരുന്നു?" ഞാൻ ചോദിച്ചു.

"ഞാനും എന്റെ കുടുംബവും പുത്തലം ക്യാമ്പിൽ ആയിരുന്നു. ക്യാമ്പ് സ്ഥിതി ചെയ്ത സ്കൂളിൽ ആണ് ഞാൻ പ്രാഥമിക പഠനം നടത്തിയത്. കുട്ടികളെ ഉൾക്കൊള്ളാൻ കഴിയാതെ വന്നപ്പോൾ സായാഹ്ന ബാച്ചുകളും രാത്രി ക്ലാസുകളും ഒക്കെ തുടങ്ങി. പിന്നീട് സ്കൂൾ അപ്ഗ്രേഡ് ചെയ്തു. സ്കൂൾ പഠനകാലം വല്ലാത്ത ഓർമയാണ്.

നാട്ടുകാരുടെ കുട്ടികൾക്കിടയിൽ അഭയാർഥികൾ രണ്ടാം കിടക്കാരാണ്.

നല്ല ഭക്ഷണമോ വസ്ത്രമോ ഇല്ലാത്തവർ.

ഞങ്ങളുടെ കൂടെ കൂടിയാൽ കുട്ടികൾ മോശമാകും എന്ന് കരുതി നാട്ടുകാർ അവരുടെ കുട്ടികളെ വേറെ സ്കൂളിൽ ചേർത്തു.

ഈ അനുഭവങ്ങൾ മാനസികമായി ബാധിച്ചുവെങ്കിലും കഠിനാധ്വാനം ചെയ്ത് ജീവിതം കരുപ്പിടിപ്പിക്കാൻ അത് കാരണമായി.

ഈ പ്രാരബ്ധങ്ങൾക്കിടയിലും നന്നായി പഠിച്ചവരുണ്ട്. എന്റെ കൂട്ടുകാരിൽ ആറുപേർ അഭയാർഥി ക്യാമ്പുകളിൽ നിന്ന് പഠിച്ചാണ് ബിരുദം നേടിയത്.

ഞങ്ങളുടെ വർത്തമാനം കേട്ട് കോളനിയിലെ മറ്റു വീടുകളിലെ താമസക്കാരും അടുത്തുകൂടി.

വേദനയിൽ കുതിർന്ന ഒരു വലിയ കാലത്തിന്റെ കഥകൾ എല്ലാവർക്കും പറയാനുണ്ടാകും.

"ഈ കോളനിയിൽ ഉള്ള എല്ലാവരും പുത്തലം ക്യാമ്പിൽ തന്നെ ആയിരുന്നോ?"

-ഞാൻ ചോദിച്ചു.

"അല്ല പല ക്യാമ്പുകളിൽ കഴിഞ്ഞവരാണിപ്പോൾ ഇവിടെ മടങ്ങിവന്നിട്ടുള്ളത്"

അബ്ദുൽ ഖാദർ പറഞ്ഞു.

“ഞങ്ങൾ അനുരാധപുരത്തുള്ള ക്യാമ്പിൽ ആയിരുന്നു. എന്നാൽ എന്റെ ആറുമക്കളിൽ മൂന്ന് പേർ മറ്റൊരു ക്യാമ്പിൽ ആയിരുന്നു.”

എഴുപതുകാരിയായ സൈനബ് മുഹമ്മദ് എന്ന സ്ത്രീയാണ് അത് പറഞ്ഞത്.

രക്തബന്ധമോ കുടുംബമോ നോക്കിയല്ല പുലികൾ അഭയാർഥികളെ വിന്യസിച്ചത്.

അവർക്ക് ഞങ്ങൾ വെറും എണ്ണം മാത്രമായിരുന്നു.

ഒരിടത്ത് എണ്ണം തികയുമ്പോൾ ബാക്കി ആളുകളെ അടുത്ത ക്യാമ്പിൽ ഇറക്കും.

ഈ കാരണം കൊണ്ട് ഒരേ കുടുംബത്തിൽ പെട്ടവർ പലേടങ്ങളിലായി ചിതറിപ്പോയിരുന്നു.

വസ്ത്രവ്യാപാരികൾ ആയിരുന്നു ഞങ്ങളുടെ കുടുംബം. കലാപത്തോടെ എല്ലാം തകർന്ന് സമ്പന്നരായ ഞങ്ങൾ അഭയാർഥി ക്യാമ്പുകളിൽ ദാരിദ്ര്യം നുണഞ്ഞു.

എന്റെ ഭർത്താവിന് ഈ അപമാനം താങ്ങാനാവുമായിരുന്നില്ല. ക്യാമ്പിൽ അഞ്ച് കൊല്ലം ജീവിച്ച അദ്ദേഹം ഞങ്ങളെ വിട്ടുപോയി.

കഷ്ടപ്പാടിനു മുകളിൽ വൈധവ്യവും കൂടി താങ്ങേണ്ടി വന്നു എനിക്ക്.

പക്ഷേ തളരാൻ ഞാൻ ഒരുക്കമല്ലായിരുന്നു.

ജീവിതത്തിൽ ഒരിക്കലും തൊഴിലെടുത്തിട്ടില്ലാത്ത ഞാൻ കുട്ടികളെ പോറ്റാൻ പല പണിയുമെടുത്തു.

കൃഷി ചെയ്തു,

മീൻ കച്ചവടം നടത്തി.

ചെറിയ വേതനമേ കിട്ടിയുള്ളുവെങ്കിലും ജോലി ചെയ്തു കുടുംബം പുലർത്തി.

റമീസ് അഹമ്മദിന് വയസ്സ് അമ്പത്തിമൂന്ന്.

ജാഫ്നയിൽ മട്ടൻ സ്റ്റാൾ നടത്തി വരികയായിരുന്നു.

പുലികൾ മേധാവിത്വം നേടിയതോടെ, തങ്ങളുടെ ആവശ്യത്തിന് അവർ പണം കണ്ടെത്തിയത് ഗുണ്ടാ പിരിവിലൂടെ ആയിരുന്നു. ഓരോ ദിവസവും അഞ്ച് കിലോ വീതം മട്ടൻ എന്റെ കടയിൽ നിന്ന് പുലികളുടെ ക്യാമ്പുകളിലേക്ക് കൊണ്ടുപോകുമായിരുന്നു. അതിനു പണം നൽകിയിരുന്നില്ല.

എല്ലാം എടുത്ത് ലോറിയിൽ കയറാൻ ആവശ്യപ്പെട്ട എൽ.റ്റി.റ്റി ഇ കമാന്റോകൾ ഞങ്ങളെ ക്യാമ്പിൽ ഇറക്കുമ്പോൾ പരിശോധിച്ചു.

വിലപിടിപ്പുള്ള വസ്തുക്കളും സ്വർണ്ണാഭരണങ്ങളും അവർ പിടിച്ചെടുത്തു.

"ഇത്രയും ക്രൂരമായി പെരുമാറിയിട്ടും ആരും പ്രതികരിച്ചില്ലേ?. അക്രമ സംഭവങ്ങൾ ഒന്നുമുണ്ടായില്ലേ?".

"പറയത്തക്ക പ്രതികരണങ്ങൾ ഒന്നും ഉണ്ടായില്ല. എന്നാൽ അപകടങ്ങൾ സംഭവിച്ചു. ശ്രീലങ്കൻ സേനയുമായി പുലികൾ നടത്തിയ രൂക്ഷമായ പോരാട്ടത്തിൽ ഷെൽ ഏറ്റവരുണ്ട്. മൈൻ പൊട്ടി അപകടങ്ങൾ സംഭവിച്ചവരുണ്ട്"

വാവുനിയയിൽനിന്ന് ഏഴുപേരെ കാണാതായ ഒരു സംഭവമുണ്ട്.

ഒരു കുടുംബത്തിലെ ഏഴുപേരെ എൽ.ടി.ടി.ഇ തീവ്രവാദികൾ തട്ടിക്കൊണ്ട് പോവുകയായിരുന്നു. അവർക്ക് എന്തുപറ്റി എന്ന് ഇന്നും അജ്ഞാതമാണ്. അവരെ കൊലപ്പെടുത്തിയിരിക്കാമെന്നാണ് കരുതുന്നത്.

ആ കൂട്ടത്തിൽ പെട്ട ഒരാൾ സംഭവം നടക്കുമ്പോൾ ഗർഭിണിയായിരുന്നു.

ആ കുട്ടി അപ്പയെ ഇതുവരെ കണ്ടിട്ടില്ല.

"നിങ്ങൾ എപ്പോഴാണ് ഇവിടേക്ക് മടങ്ങാൻ തുടങ്ങിയത്?"

അബ്ദുൽ ഖാദറിനോടായിരുന്നു എന്റെ ഈ ചോദ്യം.

2001ൽ പുലികളുമായി സമാധാന കരാർ ഉണ്ടാക്കിയിരുന്നുവല്ലോ.

അതേതുടർന്ന് 2002ൽ ആണ് ഞങ്ങളിൽ പലരും ഇങ്ങോട്ട് മടങ്ങിയത്.

എന്നാൽ ഭയന്നും മാറിപ്പോയ സ്ഥലങ്ങളിൽ കച്ചവടവും ജോലിയും ബന്ധങ്ങളുമൊക്കെ ആയിപ്പോയതുകൊണ്ടും പലരും മടങ്ങാൻ തയാറായില്ല.

മടങ്ങി എത്തിയവർക്ക് ശ്രീലങ്കൻ ആർമിയുടെ സുരക്ഷ ലഭിച്ചിരുന്നു. താമസ കേന്ദ്രങ്ങളിൽ സൈന്യം പിക്കറ്റിങ് പോയന്റുകൾ ഏർപ്പെടുത്തിയിരുന്നു. അവശ്യവസ്തുക്കളും സേന വിതരണംചെയ്തു.

രാഷ്ട്രീയ സംഘർഷങ്ങളും പ്രകൃതിക്ഷോഭങ്ങളും അഭയാർഥികളാക്കിയ ഒട്ടേറെ പേരെ കാണാൻ ഇടവന്നിട്ടുണ്ട്. ഗുജറാത്ത് കലാപം, അസമിലെ ബോഡോ കലാപം, കശ്മീർ പ്രളയം, റോഹിങ്ക്യൻ വംശഹത്യ തുടങ്ങിയവ സൃഷ്ടിച്ച അഭയാർഥികളെ കാണാനും ക്യാമ്പുകൾ സന്ദർശിക്കാനും എനിക്ക് അവസരം ഉണ്ടായിട്ടുണ്ട്.

ശ്രീലങ്കയിലെ അഭയാർഥികളും അവരും തമ്മിൽ പ്രത്യേകിച്ച് വ്യത്യാസങ്ങൾ ഒന്നുമില്ല. അഭയാർഥികൾക്ക് എവിടെയും ഒരേ പേരും ഒരേ പ്രശ്നങ്ങളും തന്നെ.

പേരുപോലും നഷ്ടപ്പെട്ട നമ്പറുകൾ മാത്രമാണല്ലോ അവർ!

കൂട്ടക്കൊലകൾ, പോരാട്ടങ്ങൾ

ജാഫ്ന നഗരത്തിലും പ്രാന്തങ്ങളിലും ഇപ്പോഴും വെടിമരുന്നിന്റെ രൂക്ഷഗന്ധം തളംകെട്ടി നിൽക്കുന്ന പോലെ തോന്നും.

ശ്രീലങ്കൻ വിഷയത്തിൽ 1980കളിലാണ് ഇന്ത്യ തലയിട്ടത്.

എന്നാൽ, ഇത് ഇന്ത്യൻ സേനയുടെ തമിഴ് വംശീയ ഉന്മൂലനമായി വൻതോതിൽ വിമർശിക്കപ്പെട്ടു. 1987 ജൂലൈ 29ന് കൊളംബോയിൽ വെച്ച് ഇന്ത്യ-ശ്രീലങ്ക ഉടമ്പടി ഒപ്പിട്ടു. ശ്രീലങ്കയിൽ സമാധാനം ഉറപ്പുവരുത്താൻ, ശ്രീലങ്ക സൈന്യത്തെ യുദ്ധമേഖലയിൽനിന്നും തിരിച്ചു വിളിക്കാനും തമിഴ് പുലികളോട് ആയുധം വെച്ചു കീഴടങ്ങാനും ആവശ്യപ്പെടുന്നതായിരുന്നു ഉടമ്പടി.

ഇന്ത്യയെ പ്രതിനിധാനം ചെയ്ത് പ്രധാനമന്ത്രി രാജീവ് ഗാന്ധിയും ശ്രീലങ്കക്കുവേണ്ടി പ്രസിഡന്റ് ജെ.ആർ. ജയവർധനെയുമായിരുന്നു കരാറിൽ ഒപ്പിട്ടത്. ഉടമ്പടിക്കു മുമ്പായി നടന്ന ചർച്ചകളിൽ യുദ്ധത്തിലേർപ്പെട്ടിരുന്ന തമിഴ് സംഘടനകളൊന്നും തന്നെ പങ്കെടുത്തിരുന്നില്ല. എന്നാൽ, ചില സംഘടനകൾ കരാറിനെ മാനിച്ച്, അർധമനസ്സോടെ തങ്ങളുടെ ആയുധങ്ങൾ ഇന്ത്യൻ സമാധാന സംരക്ഷണ സേനക്കു മുന്നിൽ അടിയറവെച്ച് യുദ്ധത്തിൽ നിന്ന് പിന്മാറുന്നതായി പ്രഖ്യാപിച്ചു.

എൽ.ടി.ടി.ഇ പക്ഷേ ഉടമ്പടി അംഗീകരിച്ചില്ല.

തമിഴ് രാജ്യം എന്ന ലക്ഷ്യത്തിനു വേണ്ടി അന്തിമ പോരാട്ടമായിരുന്നു അവരുടെ ലക്ഷ്യം. ഇത് കരാറിന്റെ ലംഘനമായതിനാൽ

ഒരു സൈനിക നടപടിയിലേക്ക് നീങ്ങാൻ ഇന്ത്യൻ സമാധാന സംരക്ഷണ സേന നിർബന്ധിതമായി.

1987 ഒക്ടോബർ ഒമ്പതിനാണ് ഓപറേഷൻ പവന്റെ തുടക്കം.

ജാഫ്നയിൽ സമാധാനാന്തരീക്ഷം പുനഃസ്ഥാപിക്കുകയും എൽ.ടി.ടി.ഇ നേതാക്കളെ പിടികൂടി ജാഫ്നമേഖലയിൽ തീവ്രവാദ സാന്നിധ്യം പൂർണമായും ഇല്ലാതാക്കുകയുമായിരുന്നു ഈ സൈനിക ഓപറേഷന്റെ ഉന്നം.

ഒക്ടോബർ 9, 10 തീയതികളിലെ രാത്രി നടന്ന പോരാട്ടത്തിൽ എൽ.ടി.ടി.ഇയുടെ താവടിയിലുള്ള റേഡിയോ നിലയവും കൊക്കുവിൽ ഉള്ള ടെലിവിഷൻ നിലയവും ഇന്ത്യൻ സേന പിടിച്ചെടുത്തു. കൂടാതെ ഇരുനൂറോളം തമിഴ് പുലികളെ ഇന്ത്യൻ സേന തടവിലാക്കി.

എന്നാൽ പുലികൾ ഇതിനു നൽകിയ തിരിച്ചടി, തെള്ളിപ്പാളയത്തുള്ള ഇന്ത്യൻ സൈനിക പോസ്റ്റിലേക്ക് ആക്രമണമഴിച്ചുവിട്ടായിരുന്നു.

നാലു സി.ആർ.പി എഫ് ജവാന്മാർ കൊല്ലപ്പെട്ടു.

പുലികൾ ഒളിയിടമായി ഉപയോഗിച്ചിരുന്ന ജാഫ്ന സർവകലാശാലയിലെ കെട്ടിടം കീഴടക്കി നേതാക്കളെ പിടികൂടുക എന്നതായിരുന്നു ഓപറേഷൻ പവൻ സൈനിക നടപടിയുടെ മറ്റൊരു ദൗത്യം. എൽ.ടി.ടി.ഇയുടെ സിരാകേന്ദ്രം കൂടിയായിരുന്നു കലാശാല.

ഇന്ത്യൻ സേന ഒക്ടോബർ 12ന് സർവകലാശാല കെട്ടിടത്തിൽ പ്രവേശിച്ചു.

നേതാക്കളെ പിടികൂടി യുദ്ധം അവസാനിപ്പിക്കാനായിരുന്നു ഇന്ത്യൻ സേനയുടെ പദ്ധതി. അതേസമയം, ഇന്ത്യൻ സേനയുടെ രഹസ്യസന്ദേശങ്ങൾ ചോർത്തിയ പുലികൾ തന്ത്രപരമായി അതിജീവിച്ചു.

ജാഫ്നയിലേക്കുള്ള എല്ലാ റോഡുകളിലും എൽ.ടി.ടി.ഇ മൈനുകൾ പാകിയിരുന്നു.

ഇത് ഇന്ത്യൻ സേനക്ക് ലക്ഷ്യത്തിലേക്കു മുന്നേറുന്നതിന് പ്രതിബന്ധമായി.

ഒരു കിലോമീറ്ററിലധികം ദൂരത്തുനിന്നും സ്ഫോടനം നടത്താൻ കഴിവുള്ള ഉപകരണങ്ങൾ തമിഴ് പുലികൾ കൈവശപ്പെടുത്തിയിരുന്നു.

അത്യാധുനിക ടെലിസ്കോപിക് അധിഷ്ഠിത തോക്കുകൾ

ഉപയോഗിച്ചാണ് പുലികൾ ഇന്ത്യൻ സൈന്യത്തെ പ്രതിരോധിച്ചത്. വീടിനു മുകളിലും മരങ്ങളുടെ ചില്ലയിൽനിന്നും ഇത്തരം തോക്കുകൾ ഉപയോഗിച്ച് അവർ സൈനികരെ വധിച്ചു.

എം.ഐ-25 പോലുള്ള ഹെലികോപ്റ്ററുകൾ ഉപയോഗിച്ച് ഇന്ത്യൻ സൈന്യം ആകാശമാർഗം പ്രത്യാക്രമണം നടത്തി.

മൂന്നാഴ്ചയോളം നീണ്ടു നിന്ന കനത്ത പോരാട്ടം.

ഒടുവിൽ ഇന്ത്യൻ സമാധാന സംരക്ഷണ സേന ജാഫ്ന തിരിച്ചുപിടിച്ചു.

പുലികൾ ഗറിലമുറകൾ ആണ് പ്രയോഗിച്ചത്.

ചെറിയ കുട്ടികളെവരെ ചാവേറുകളാക്കിയാണ് പുലികൾ പോരാടിയത്.

ജാഫ്ന കൈവിട്ട്, അടിയറ പറയാൻ നിർബന്ധിതമായതോടെ ഒരുപറ്റം പുലികൾ വാവുനിയ കാടുകളിലേക്ക് വലിയുകയായിരുന്നു.

വേറെ ഒരുപറ്റം തങ്ങളുടെ കേന്ദ്രങ്ങളിലേക്ക് രക്ഷപ്പെടുകയും ചെയ്തു.

ജാഫ്ന ആശുപത്രി കൂട്ടക്കൊല മറക്കാനാകാത്തതാണ്.

ഇന്ത്യൻ സൈന്യത്തിന് ഏറെ ദുഷ്കീർത്തി വരുത്തിയ ഒരു കൂട്ടക്കൊലയായിരുന്നു അത്. ജാഫ്ന ജില്ല മെഡിക്കൽ കോളജ് ആണ് ടീച്ചിങ് ഹോസ്പിറ്റൽ എന്നറിയപ്പെടുന്നത്.

ജാഫ്ന നഗരത്തിലൂടെയുള്ള യാത്രക്കിടെ അതിനു മുന്നിലൂടെ കടന്ന് പോയപ്പോൾ ആ ദുരന്തം കൺമുന്നിൽ തെളിഞ്ഞു.

ഇന്ത്യൻ സമാധാന സേന ഹോസ്പിറ്റലിലേക്ക് ഇരച്ചുകയറി എഴുപതോളം രോഗികളെയും ജീവനക്കാരെയും കൊന്നൊടുക്കുകയായിരുന്നു എന്നാണ് തമിഴർ പറയുന്നത്.

എൽ.ടി.ടി.ഇ മാത്രമല്ല, പല മനുഷ്യാവകാശ സംഘടനകളും ഈ സംഭവത്തെ

സാധാരണ പൗരന്മാരുടെ കൂട്ടക്കൊല എന്നാണ് വിശേഷിപ്പിച്ചത്.

പുലികൾ, പുലിദേശങ്ങൾ

എൽ.ടി.ടി.ഇയുടെ ഈറ്റില്ലവും പോറ്റില്ലവും ജാഫ്നയായിരുന്നു.

ഈ സംഘടന ഒടുങ്ങിയതും ഈ മണ്ണിൽ തന്നെ.

സംഘടനയുടെ സ്ഥാപകനും തലവനുമായിരുന്ന വേലുപ്പിള്ള പ്രഭാകരൻ 1954 നവംബർ 26ന് ജാഫ്ന ജില്ലയിലെ

വാൽവെട്ടിത്തുറൈയിൽ തിരുവെങ്കടം വേലുപ്പിള്ളയുടെ മകനായാണ് ജനിച്ചത്.

അച്ഛൻ ഒരു സർക്കാർ ഉദ്യോഗസ്ഥനായിരുന്നു.

പ്രഭാകരന്റെ രാഷ്ട്രീയ നിലപാടുകളോടും തീവ്രവാദ ആഭിമുഖ്യത്തോടും അദ്ദേഹത്തിന് യോജിപ്പ് ഉണ്ടായിരുന്നില്ല.

താൻ ജോലി ചെയ്ത ഇടങ്ങളിലെല്ലാമുള്ള സിംഹളർക്ക് തിരുവെങ്കടത്തെ പറ്റി നല്ലത് മാത്രമേ പറയാനുള്ളൂ.

എൽ.ടി.ടി.ഇ തീവ്രവാദ പ്രവർത്തനം ശക്തമാക്കിയതോടെ പ്രഭാകരന്റെ കുടുംബത്തിന്റെ സ്വസ്ഥത ഇല്ലാതായി.

പൊലീസും പട്ടാളവും രഹസ്യാന്വേഷണ വിഭാഗവും നിരന്തരം വിവരങ്ങൾ തേടി വാൽവെട്ടിത്തുറൈയിലെ പ്രഭാകരന്റെ വീട്ടിൽ എത്തി.

ഒടുവിൽ 1994ൽ വീടുപൂട്ടി അവർ നാടുവിട്ട് പോയി.

പ്രഭാകരൻ തമ്പി എന്നായിരുന്നു ആദ്യകാലത്ത് ശ്രീലങ്കൻ തമിഴർ വേലുപ്പിള്ള പ്രഭാകരനെ വിളിച്ചത്.

കരൈയാർ എന്ന മുക്കുവ ജാതിയിൽ പിറന്ന പ്രഭാകരൻ ദലിതരുടെയും പിന്നാക്ക സമുദായങ്ങളുടെയും സ്നേഹം ആർജിച്ചിരുന്നു. എന്നാൽ പ്രഭാകരന്റെ പിതാവ് മലയാളി ആണെന്നും കൊല്ലത്താണ് അദ്ദേഹത്തിന്റെ പൂർവികർ എന്നും ഒരു പ്രചാരമുണ്ട്.

അത് വാസ്തവമല്ലെന്നാണ് അന്വേഷിച്ചപ്പോൾ അറിയാനായത്.

ആരോ പറഞ്ഞുണ്ടാക്കിയ കെട്ടുകഥ മാത്രമാണത്.

രഹസ്യമായി പ്രഭാകരനോട് ആരാധന സൂക്ഷിക്കുന്ന തമിഴരെ ഇന്നും ജാഫ്നയിൽ കാണാം; അവർ അത് തുറന്ന് പറയാൻ മടിക്കുമെങ്കിലും.

പ്രഭാകരന്റെ കീഴാള മനോഭാവവും മതേതര പുരോഗമന കാഴ്ചപ്പാടും ആയിരിക്കാം അതിന്റെ കാരണം.

പുലികൾ അധീനത നേടിയ ഇടങ്ങളിൽ സ്ത്രീകൾക്ക് തുല്യ അവകാശം നൽകാൻ പ്രഭാകരൻ ശ്രമിച്ചിരുന്നു.

എൽ.ടി.ടി.ഇയിൽ പെൺപുലികൾക്ക് ഉയർന്ന പദവികൾ നൽകിയിരുന്നുവല്ലോ.

ഞങ്ങൾ കണ്ട പഴകിയ വീടുകൾ പലതും സീനിയർ പെൺപുലികളുടെ ഒളിയിടങ്ങളായിരുന്നു.

സ്ത്രീധനം നിരോധിച്ച പ്രഭാകരന്റെ നടപടി ഏറെ വാഴ്ത്തപ്പെട്ടിട്ടുണ്ട്.

1990ന് മുമ്പുവരെ തമിഴ്നാട് കേന്ദ്രീകരിച്ചായിരുന്ന പ്രഭാകരന്റെ പ്രവർത്തനങ്ങൾ. പിന്നെ കേന്ദ്രം ജഫ്നയായി മാറി.

ശ്രീലങ്കൻ സേന തങ്ങളെ സൈനികമായി പരാജയപ്പെടുത്തിയെന്ന് എൽ.ടി.ടി.ഇ ഔദ്യോഗികമായി അംഗീകരിച്ചത് 2009 മേയ് 17നാണ്.

ഏതാണ്ട് രണ്ട് പതിറ്റാണ്ട് കാലം ജാഫ്നയുടെ രാജാവായി വാണ പ്രഭാകരൻ അധികം വൈകാതെ കഥാവശേഷനമായി.

പ്രഭാകരൻ മരിച്ചതിനെ കുറിച്ച് ജാഫ്നയിലെ ജനങ്ങൾക്ക് തന്നെ നല്ല ഉറപ്പില്ല. 2009 മേയ് 16നോ 17നോ അദ്ദേഹം ആത്മഹത്യ ചെയ്യുകയോ വധിക്കപ്പെടുകയോ ചെയ്തുവെന്നാണ് കരുതുന്നത്. പ്രഭാകരന്റെ മരണശേഷം വാൽവെട്ടിത്തുറൈയിലുള്ള അദ്ദേഹത്തിന്റെ ജന്മവീട് കാണാൻ പല നാട്ടിൽനിന്നും ആളുകൾ വരാറുണ്ടായിരുന്നവത്രെ.

എൽ.ടി.ടി.ഇയുടെ നായകന്റെ ഓർമ അവശേഷിക്കുന്നതുപോലും അപകടമാണെന്ന് കരുതിയാകണം 2010ൽ ശ്രീലങ്കൻ പട്ടാളം ആ വീട് ഇടിച്ച് മാറ്റി.

പ്രഭാകരൻ മരിച്ച ഉടനെ അച്ഛൻ തിരുവെങ്കടവും മരണപ്പെട്ടു.

പ്രഭാകരന്റെ സഹോദരങ്ങൾ ലോകത്തിന്റെ പല ഭാഗങ്ങളിലായി കഴിയുകയാണിപ്പോൾ.

പ്രഭാകരന്റെ അടുത്ത സഹപ്രവർത്തകനായിരുന്ന ഷൺമുഖലിംഗം ശിവശങ്കർ എന്ന മുരളീധരനും ജാഫ്ന ജില്ലക്കാരൻ തന്നെ. എൽ.ടി.ടി.ഇയുടെ രഹസ്യാന്വേഷണ വിഭാഗം തലവനും പുലികൾ നടത്തിയ ഒട്ടേറേ ആക്രമണങ്ങളുടെ സൂത്രധാരനുമായിരുന്ന മുരളീധരൻ.

2009ൽ മുരളീധരനും കൊല്ലപ്പെട്ടു.

ശ്രീലങ്കയുടെ വടക്കൻ മേഖലകളിൽ 1990ലും കിഴക്കൻ മേഖലകളിൽ 1992ലുമാണ് എൽ.ടി.ടി.ഇ വംശശുദ്ധീകരണം നടപ്പാക്കിയത്. ശ്രീലങ്കൻ തമിഴ് ജനതയെ ആഴത്തിൽ വിഭജിച്ച നടപടിയായിരുന്നു അത്.

1983ന് ശേഷം 65,000 ആളുകൾ പോരാട്ടത്തിലും തീവ്രവാദ പ്രവർത്തനത്തിലും മരിച്ചു എന്നാണ് കണക്കാക്കപ്പെടുന്നത്.

ചാരമായ അക്ഷരങ്ങൾ

ശ്രീലങ്കയിലെ ആഭ്യന്തരയുദ്ധ ചരിത്രത്തിൽ തമിഴ് വംശജരുടെ മനസ്സുകളിൽ ആഴത്തിൽ മുറിവേൽപിച്ച ഓർമയാണ് 1981ൽ, പ്രശസ്തമായ ജാഫ്ന ലൈബ്രറി കത്തിച്ച സംഭവം. കലാപങ്ങളിൽ രക്തസാക്ഷികളായ മനുഷ്യരെ ഓർക്കുന്നതിലും കടുത്ത സങ്കടത്തോടെ, ശ്രീലങ്കൻ സേന തീയിട്ട് കത്തിച്ച പുസ്തകങ്ങളെ അവർ ഇന്നും ഓർമിക്കുന്നു. വംശവെറിയിൽ കുരുതിയായ അക്ഷരങ്ങൾക്ക് അവർ ഓരോ വർഷവും പ്രണാമമർപ്പിക്കുന്നു.

ലൈബ്രറികൾ ശ്രീലങ്കയിലെ തമിഴ് സംസ്കാരത്തിന്റെ പ്രതീകമാണ്. ലൈബ്രറി ഇല്ലാത്ത ഒരു ഗ്രാമംപോലും ശ്രീലങ്കയിൽ എവിടെയും കാണാനാവില്ല. സാംസ്കാരിക പരിപാടികളും സംവാദവും യുവാക്കളുടെ ആശയരൂപവത്കരണ ചർച്ചകളുമെല്ലാം ഗ്രന്ഥ ശാലകൾ കേന്ദ്രീകരിച്ചാണു നടന്നു വന്നിരുന്നത്. ലോകത്ത് എവിടെയും വിമോചനപ്പോരാട്ടങ്ങളെ ത്വരിപ്പിച്ചത് ലൈബ്രറികൾ ആണല്ലോ. അതുകൊണ്ടുതന്നെയാകാം യുദ്ധങ്ങളുടെ ആദ്യ ഉന്നങ്ങളിൽ ഗ്രന്ഥശാലകൾ വരുന്നത്. ചരിത്രത്തിൽ യുദ്ധങ്ങൾ ചാരമാക്കിയ നിരവധി ലോകപ്രശസ്ത ലൈബ്രറികൾ ഉണ്ടല്ലോ.

കൊളോണിയൽ പൈതൃകങ്ങളിൽപെട്ട മനോഹരമായ വലിയ കെട്ടിടമാണ് ജാഫ്ന ലൈബ്രറിയുടേത്.

മുൻഭാഗത്തെ വിശാലമായ പാർക്കും ഇടതുവശത്ത് നോക്കെത്താദൂരം പരന്നുകിടക്കുന്ന കടലും തൊട്ടുചേർന്നുള്ള ജാഫ്ന കോട്ടയും ഈ ലൈബ്രറിയിൽ എത്തുന്നവരെ വായനയുടെ ആസ്വാദ്യതയിൽ ലയിപ്പിക്കുന്ന ആംബിയൻസ് ഒരുക്കുന്നു.

സൗത്ത് ഏഷ്യയിലെ ഏറ്റവും മികച്ച ലൈബ്രറികളിൽ ഒന്നായി ജാഫ്ന പബ്ലിക് ലൈബ്രറി കണക്കാക്കപ്പെടുന്നു.

ഞങ്ങൾ ലൈബ്രറി കാണാൻ എത്തിയപ്പോൾ സന്ധ്യയായിരുന്നു.

ഗേറ്റ് കടക്കുമ്പോൾ പാറാവുകാരൻ വാച്ചിൽ നോക്കി സമയം കഴിഞ്ഞല്ലോ എന്ന് ആംഗ്യം കാണിച്ചു.

കേണപറഞ്ഞപ്പോൾ പെട്ടെന്ന് മടങ്ങണം എന്ന നിബന്ധന യോടെ അയാൾ ഞങ്ങളെ അകത്തേക്ക് കടത്തി വിട്ടു.

ലൈബ്രേറിയന്മാർ ബാഗും തൂക്കി ഇറങ്ങിത്തുടങ്ങിയിട്ടുണ്ട്.

ഞങ്ങൾ നേരെ കയറി ചെന്ന് ഒരു പ്രദക്ഷിണം നടത്തി. പതി നായിരക്കണക്കിന് പുസ്തകങ്ങളുള്ള കിടിലൻ ലൈബ്രറി തന്നെ. ലൈബ്രറി കണ്ട് പുറത്തിറങ്ങുമ്പോൾ റിസപ്ഷനിൽ തൂക്കിയിട്ട പടങ്ങൾ ഒരിക്കൽക്കൂടി ശ്രദ്ധിച്ചു.

തീവെപ്പിൽ കരിഞ്ഞ ലൈബ്രറിയുടെ പഴയ ചിത്രങ്ങളാണവ.

അതിപ്പോഴും അവിടെ വെച്ചിരിക്കുന്നതിൽ അത്ഭുതം തോന്നാ തിരുന്നില്ല.

എസ്. സോമീതരൻ സംവിധാനം ചെയ്ത 'ബേണിങ് മെമ്മറീസ്' (2008) എന്ന ഡോക്യുമെന്ററി മനസ്സിലൂടെ കടന്നുപോയി. അതിൽ ജാഫ്ന പബ്ലിക് ലൈബ്രറി കത്തിച്ച ശ്രീലങ്കൻ സേനയുടെ നടപടി തമിഴ് സാംസ്കാരിക ചരിത്രത്തിൽ സൃഷ്ടിച്ച വിള്ളൽ അനാവരണം ചെയ്യുന്നുണ്ട്.

1981മേയ് 31നായിരുന്നു ജാഫ്ന നഗരം അക്ഷരങ്ങളുടെ പുകയി ലമർന്നത്.

97,000 പുസ്തകങ്ങൾ അടങ്ങിയ ആ അക്ഷര കൊട്ടാരം ക്ഷണ നേരംകൊണ്ട് ധൂളികളായി മാറിയപ്പോൾ തമിഴ് ജനതയുടെ ഹൃദയ ത്തിൽ വംശീയ വികാരത്തിന്റെ കനൽ എരിയുകയായിരുന്നു.

തങ്ങളുടെ പ്രിയപ്പെട്ട ലൈബ്രറിയെ അവർ ഓർമകൾക്ക് വിട്ടു കൊടുക്കാൻ തയാറല്ലായിരുന്നു.

1982ൽ ഭാഗികമായി ലൈബ്രറി പ്രവർത്തനം ആരംഭിച്ചു.

എന്നാൽ 1985ൽ എൽ.ടി.ടി.ഇ ജാഫ്ന പൊലീസ് സ്റ്റേഷൻ ആക്രമിച്ചതോടെ കൊടിയ യുദ്ധത്തിനാണ് ജാഫ്ന സാക്ഷ്യം വഹിച്ചത്.

സമീപത്തെ ജാഫ്ന ഫോർട്ട് ലക്ഷ്യം വെച്ച് പുലികൾ താവള മാക്കിയത് ലൈബ്രറിയായിരുന്നു. ഇതോടെ ലൈബ്രറി സ്വാഭാവി കമായും യുദ്ധലക്ഷ്യമായി തീർന്നു.

യുദ്ധം അവസാനിക്കുമ്പോഴേക്കും ഗ്രന്ഥശാല കെട്ടിടം ഫോസിൽ പരുവമായിരുന്നു.

യുദ്ധം അവസാനിച്ച ശേഷം ചന്ദ്രിക കുമാരതുംഗെ അധികാരത്തിൽ വന്നപ്പോൾ അക്ഷരങ്ങളോട് കണക്ക് ചോദിച്ചതിൽ ഖേദമുണ്ടായി. ലൈബ്രറി പുനർനിർമിച്ചുകൊണ്ട് ആ പുസ്തക ഹത്യക്ക് പ്രായശ്ചിത്തം ചെയ്യാൻ ശ്രീലങ്കൻ സർക്കാർ തീരുമാനിച്ചു.

എന്നാൽ 'ഒരു പുസ്തകം അല്ലെങ്കിൽ ഒരു കല്ല്' എന്ന പദ്ധതിയിലൂടെ പൊതുജന പങ്കാളിത്തത്തോടെ ലൈബ്രറി പുതുക്കി പണിത് അക്ഷരഹത്യയുടെ സ്മാരകമായി ലൈബ്രറിയെ മാറ്റണം എന്നായിരുന്നു തമിഴ് ജനതയുടെ ആഗ്രഹം.

അങ്ങനെ സംഭവിച്ചാൽ ചരിത്രത്തിൽ അത് ശ്രീലങ്കക്ക് വരുത്തിവെക്കുന്ന ഹാനി ഓർത്താകണം ശ്രീലങ്ക, ജാഫ്ന പബ്ലിക് ലൈബ്രറി ഇന്നു കാണുന്ന രൂപത്തിൽ പുതുക്കി പണിതു.

നൈനത്തീവ്

മൂർ സ്ട്രീറ്റിലെ ഒരു ചായക്കടയിൽ ചായ കുടിക്കാൻ കയറിയതായിരുന്നു ഞങ്ങൾ. പത്തിരുപത് വർഷത്തെ ഇടവേളക്കു ശേഷം ഈ തെരുവ് പച്ചപിടിച്ചുവരുന്നേ ഉള്ളൂ.

പ്രായം ചെന്നവരാണ് കടയിൽ ഇരുന്ന് വർത്തമാനം പറയുന്നവരിൽ അധികവും.

ഇവിടെ മലയാളികൾ ആരെങ്കിലും ഉണ്ടാവുമോ?

ജാഫ്നയിൽ വന്നപ്പോഴേ ആരോടെങ്കിലും ചോദിക്കണം എന്നു തോന്നിയിരുന്നു.

ഞങ്ങളെ കണ്ടപ്പോൾ ഒന്നു രണ്ട് വയോധികർ ഞങ്ങൾ ഇരുന്ന മേശക്ക് അഭിമുഖമായി വന്നിരുന്നു. സാവകാശം അവർ ഓരോന്ന് പറഞ്ഞു ഞങ്ങളുമായി ഒരു ബന്ധം സ്ഥാപിച്ചു. ഇതുതന്നെ അവസരം എന്ന് കരുതി ഞാൻ ചോദിച്ചു;

"മലയാളികൾ ആരെങ്കിലും ഉണ്ടോ ഇവിടങ്ങളിൽ?"

"മലബാരികൾ ഉണ്ടായിരുന്നു, കുറെ മുന്നേ. യുദ്ധത്തോടെ എല്ലാവരും പല വഴിക്കുപോയി. ഇവിടെ അടുത്ത് ഹൈദ്രൂസ് തങ്ങളുടെ ഒരു മഖ്ബറ ഉണ്ടല്ലോ. തങ്ങൾ മലബാരി ആണെന്നാ പഴമക്കാർ പറയുന്നത്."

"ഇപ്പോൾ അവരുടെ പിന്മുറക്കാർ ആരുമില്ലേ?"

"കലാപകാലത്ത് ഒഴിഞ്ഞുപോയതല്ലേ എല്ലാവരും. ഇവിടെ നവജീവൻ എന്ന പേരിൽ ഒരു ഹോട്ടൽ ഉണ്ടായിരുന്നു. ഒരു

അഹമ്മദിക്കയും മുഹമ്മദിക്കയും ചേർന്നാണ് അത് നടത്തിയിരുന്നത്.

കലാപത്തോടെ അവർ വല്ലാതെ നിരാശപ്പെട്ടു.

നല്ല നിലയിൽ ജീവിച്ച ആൾക്കാരല്ലേ. എല്ലാം തകർന്നപ്പോൾ സഹിക്കാനായില്ല. കൊളംബിൽ വെച്ച് രോഗം പിടിപെട്ടു മരിച്ചു എന്നാണ് പിന്നീട് അറിഞ്ഞത്."

ചായ കുടിച്ച് ഇറങ്ങിയപ്പോൾ മധ്യവയസ്കനായ ഒരു ഓട്ടോക്കാരൻ പിന്നാലെ വന്നു. തന്റെ ഓട്ടോയിൽ ടൗണിൽ വിട്ടു തരാം എന്ന് പറഞ്ഞപ്പോൾ ഞങ്ങൾ അതു നിരസിച്ചില്ല.

ആ ഓട്ടോക്കാരൻ ആണ് നൈനത്തീവ് കാണണം എന്ന് ഞങ്ങളോട് ആവശ്യപ്പെട്ടത്.

രാമസേതു പാലം രാമേശ്വരത്തുനിന്ന് മന്നാർ ദ്വീപ് വരെയാണ്.

അമ്പത് കിലോ മീറ്റർ കഷ്ടി.

മന്നാർ ദ്വീപിന്റെയും ജാഫ്നയുടെയും ഇടയിലുള്ള കടലിടുക്കിന്റെ മധ്യത്തിലാണ് നൈനത്തീവ്. സിംഹളർ നാഗദ്വീപ് എന്നാണു പറയുക.

പ്രാചീന രേഖകളിൽ ജാഫ്ന ഉപദ്വീപിന് പൊതുവായി നാഗനാട് എന്നാണ് ഉപയോഗിച്ചുകാണുന്നത്. ഈ ദ്വീപിലെ ആദിമ നിവാസികൾ നാഗന്മാർ ആയിരുന്നു എന്നാണ് പറയപ്പെടുന്നത്.

അതുകൊണ്ടാണ് നാഗദ്വീപ് എന്ന പേരുണ്ടായത്.

"എങ്ങനെയാണ് അവിടെ എത്തിച്ചേരുക?"

"ടൗണിൽനിന്ന് ഒരു മണിക്കൂർ ഇടവിട്ട് ബസ് ഉണ്ട്. ഒരു മണിക്കൂർ നേരം യാത്ര ഉണ്ട്. ബസ് ഇറങ്ങിയാൽ ബോട്ടുണ്ടാകും.

അര മണിക്കൂർ ബോട്ടിൽ പോയാൽ ദ്വീപിൽ എത്താം.

നാല് മണി കഴിഞ്ഞാൽ തിരിച്ചു ജാഫ്നയിലേക്ക് ബസില്ല. അത് ഓർമ വേണം."

നൈനത്തീവിൽ പോയിട്ട് തന്നെ ബാക്കി കാര്യം

ഓട്ടോക്കാരന് പൈസ കൊടുത്ത് ഞങ്ങൾ അയാൾ കാണിച്ചു തന്ന ശ്രീലങ്കൻ ട്രാൻസ്പോർട്ട് ബസിൽ ഓടിക്കയറി.

ബസ് പുറപ്പെടാൻ ആയിരുന്നു. കിട്ടിയ സീറ്റിൽ ഇരിപ്പിടമുറപ്പിച്ചു. ബസ്സിന്റെ മുൻവശത്തെ സീറ്റുകളിൽ മുഴുവൻ തമിഴത്തികളായിരുന്നു. അവർ ഒച്ചത്തിൽ സംസാരിക്കുന്നുണ്ടായിരുന്നു.

ഡ്രൈവർ വണ്ടിയിൽ കയറിയതും അടിപൊളി തമിഴ് ഗാനങ്ങൾ ഉച്ചത്തിൽ ഉയർന്നു.

പാട്ടിന്റെ താളത്തിൽ ബസ് മുന്നോട്ട് നീങ്ങി.

എന്റെ സീറ്റിൽ തൊട്ടടുത്ത് ഒരു ചെറുപ്പക്കാരൻ ആയിരുന്നു.

പരിചയപ്പെട്ടപ്പോൾ മിലിറ്ററിയിൽ ആണെന്ന് പറഞ്ഞു.

വിജനമായ സ്ഥലങ്ങളിലൂടെ ബസ് പാഞ്ഞു. ഇടക്കിടെ പൊളിഞ്ഞ കെട്ടിടങ്ങളും വീടുകളും മിന്നിമറഞ്ഞു. ഇവിടങ്ങളിൽ എല്ലാം പൊരിഞ്ഞ യുദ്ധം നടന്നിരുന്നതായി യുവാവ് പറഞ്ഞു.

കൃത്യം ഒരു മണിക്കൂർ സഞ്ചരിച്ച് ബസ് നൈനതീവിലേക്കുള്ള ബോട്ട്ജെട്ടിക്കരികിൽ എത്തി.

വേറെയും ആൾക്കാൾ അവിടെ ബോട്ട് കാത്ത് നിൽപുണ്ട്.

അൽപസമയത്തിനുശേഷം യാത്രക്കാരുമായി ബോട്ട് വന്നുനിന്നു.

ബോട്ടിൽനിന്ന് ഇറങ്ങിയവർ ബസിൽ ഓടിക്കയറി.

ഞങ്ങൾ ബോട്ടിൽ കയറിപ്പറ്റാൻ ധിറുതി കൂട്ടി.

യാത്രക്കാർ എല്ലാം ലൈഫ് ജാക്കറ്റ് ധരിച്ചു എന്ന് ഉറപ്പ് വരുത്തിയ ശേഷമാണ് ബോട്ട് പുറപ്പെട്ടത്.

ബോട്ട് സാമാന്യം വേഗതയിൽ ആണ് പോകുന്നത്.

ഓളങ്ങൾ ശക്തിയായി പിറകോട്ടു തള്ളി ബോട്ട് മുന്നോട്ട് കുതിക്കുകയാണ്.

യാത്രക്കാരിൽ അധികവും നൈനതീവിലെ ഹിന്ദു-ബുദ്ധ തീർഥാടന കേന്ദ്രത്തിലേക്ക് പോകുന്നവരാണെന്ന് അപ്പോഴാണ് മനസ്സിലാകുന്നത്.

1985ൽ നടന്ന കുമുദിനി കൂട്ടക്കൊലയാണ് ആ നേരം ഓർമയിലെത്തിയത്.

ഇതേ കടലിടുക്കിൽവെച്ചായിരുന്നു ആ സംഭവം.

ശ്രീലങ്കയിലെ ദ്വീപുകൾക്കിടയിൽ സർവിസ് നടത്തിയിരുന്ന സർക്കാർ ഉടമസ്ഥതയിലുള്ള ഒരു യാത്രാ ബോട്ടായിരുന്നു കുമുദിനി. ബോട്ട് യാത്രതിരിക്കാനൊരുങ്ങുമ്പോൾ ഒരു ഫൈബർ ബോട്ടിൽ സമീപത്തെത്തിയ നാവികസേന ഉദ്യോഗസ്ഥരെന്നു തോന്നിപ്പിക്കുന്ന ചിലർ ബോട്ട് നിർത്താൻ ആവശ്യപ്പെട്ടു.

ഫൈബർ ബോട്ടിൽനിന്ന് ആറുപേർ കുമുദിനിയിലേക്കു ചാടിക്കയറി.

എല്ലാ യാത്രക്കാരോടും ബോട്ട് ജീവനക്കാരോടും ബോട്ടിന്റെ താഴത്തെ ഡെക്കിലേക്ക് വരാൻ അവർ ആവശ്യപ്പെട്ടു.

അവിടെനിന്ന് യാത്രക്കാരെ ഓരോരുത്തരെയും പേരുറക്കെ വിളിച്ചു പറഞ്ഞുകൊണ്ട് മുകളിലത്തെ ഡെക്കിലേക്കു കൊണ്ടുപോവുകയും, അവിടെ വെച്ച് വെടിവെച്ചുകൊല്ലുകയും ചെയ്തു.

ഏതാണ്ട് നാൽപഞ്ചു മിനിറ്റു നീണ്ടുനിന്ന അക്രമത്തിനുശേഷം അവർ കുമുദിനി ബോട്ടിൽനിന്ന് ഫൈബർ ബോട്ടിൽ കയറി ഓടിച്ചുപോയി. നാൽപത്തെട്ടോളം ആളുകളെ ആ വെടിവെപ്പിൽ വകവരുത്തി എന്നാണ് കണക്കാക്കപ്പെടുന്നത്.

നൈനത്തീവിന്റെ ഏതാനും വാര അകലെയുള്ള ജെട്ടിയിൽ ബോട്ട് നിർത്തി. ബോട്ട് ഇറങ്ങി അഴിയിലൂടെയുള്ള നടപ്പാതയിലൂടെ നേരെ പോയാൽ ദ്വീപിൽ എത്താം.

ഹിന്ദുക്കളും ബുദ്ധമതക്കാരും കൂട്ടമായി ദ്വീപിലേക്ക് നടക്കുന്നു.

ആ കൂട്ടത്തിൽ ഞങ്ങളും ഒഴുകി.

പ്രധാനപ്പെട്ട രണ്ടു ക്ഷേത്രങ്ങളാണ് നൈനത്തീവിലെ ആകർഷണം.

ഒന്നാമത്തേത്, നാഗപോഷിണി അമ്മൻകോവിൽ എന്ന തമിഴ് ഹിന്ദു ക്ഷേത്രം.

രണ്ടാമത്, നാഗദീപ പുരാണ വിഹാർ എന്ന ബുദ്ധക്ഷേത്രം.

ഇവ രണ്ടും ഇരുവിഭാഗം വിശ്വാസികൾക്കും വളരെ പ്രധാനപ്പെട്ടതാണ്.

നാഗപോഷിണി അമ്മൻ കോവിലിൽ 64 ശക്തി പീഠങ്ങൾ ഉണ്ട്. മണിമേഖലൈ, കുണ്ഡലകേശി തുടങ്ങിയ പുരാതന തമിഴ് കൃതികളിൽ ഇവയെ പറ്റി പരാമർശമുണ്ടത്രെ. നാഗപോഷിണി അമ്മൻ കോവിൽ ഇന്ദ്രൻ സ്ഥാപിച്ചതാണെന്ന് വിശ്വസിക്കപ്പെടുന്നു.

ത്രികോണ ആകൃതിയിൽ ഉയരത്തിലുള്ള ചിത്രപ്പണികളോടുകൂടിയ ഗോപുരങ്ങൾ അതീവ മനോഹരങ്ങളാണ്. ബുദ്ധവിഹാരത്തെ ചുറ്റിപ്പറ്റിയും ഐതിഹ്യങ്ങൾ നിലനിൽക്കുന്നുണ്ട്.

ബോധോദയം ഉണ്ടായി അഞ്ച് വർഷത്തിനകം ബുദ്ധൻ ഇവിടെ സന്ദർശിച്ചിട്ടുണ്ട് എന്നാണ് കരുതപ്പെടുന്നത്.

കടലിനാൽ ചുറ്റപ്പെട്ട ഈ ക്ഷേത്രങ്ങൾ അതീവ മനോഹരമാണ്. അധികം വൈകിയാൽ ബോട്ട് പോയേക്കുമെന്ന ഭയത്താൽ ഞങ്ങൾ ജെട്ടിയിലേക്ക് നടന്നു.

ജാഫ്നയിൽനിന്ന് മടങ്ങുമ്പോൾ മനസ്സ് അസ്വസ്ഥമായിരുന്നു. പള്ളി ശ്മശാനത്തിൽ തന്റെ പൂർവികരുടെ ഖബറുകൾക്ക് കാവലിരിക്കുന്ന അബ്ദുൽ ഖാദറിനെ സ്വപ്നം കണ്ടു ഞെട്ടി. പൊളിഞ്ഞ വീടുകളുടെ അസ്ഥികൂടങ്ങൾ നൃത്തം ചെയ്യുന്ന ഭീകര ദൃശ്യങ്ങൾ ഉറക്കംകെടുത്തിക്കൊണ്ടിരുന്നു.

അനുരാധപുര

അനുരാധപുരത്ത് ബസ് ഇറങ്ങി ഒരു ജ്യൂസ് കഴിക്കാൻ സ്റ്റാൻഡിനരികിലുള്ള കടയിൽ കയറിയതായിരുന്നു ഞങ്ങൾ. സാമാന്യം വലിയ ഒരു റസ്റ്റാറന്റായിരുന്നു അത്. പാത്രങ്ങളുടെ കലപിലയും വെയ്റ്റർമാരുടെ ബഹളവുംകൊണ്ട് മുഖരിതമാണ് റസ്റ്റാറന്റ്.

വെയിറ്റർമാരിൽ അധികവും സിംഹള സ്ത്രീകളാണ്.

ഒരു ജ്യൂസിന് ഓർഡർ നൽകിയ ശേഷം വെയിറ്റർ പെൺകുട്ടിയോട് ഞങ്ങൾക്ക് പോകേണ്ട അടുത്തുള്ള ഒരു സ്ഥലത്തെക്കുറിച്ച് അന്വേഷിച്ചു. അവൾക്ക് തമിഴ് അറിയുമായിരുന്നില്ല. എന്നാൽ അൽപ സ്വൽപം ഇംഗ്ലീഷ് അറിയാം. അതിനിടെ, അവൾ എവിടെയാണ്, ആരാണ് എന്നൊക്കെ ചോദിച്ചറിഞ്ഞ് ഞങ്ങളെ പരിചയപ്പെട്ടു.

അവന്തി എന്നായിരുന്നു അവളുടെ പേര്.

കുറെ വർഷമായി സൗദി അറേബ്യയിൽ ജോലി ചെയ്തുവരുകയായിരുന്നു. സൗദി തൊഴിൽമേഖലയിൽ പ്രാദേശികവത്കരണം നടത്തുന്നതിന്റെ ഭാഗമായ നിതാഖാത്തിൽ തൊഴിൽ നഷ്ടപ്പെട്ട് നാട്ടിൽ മടങ്ങിയെത്തിയ അനേകരിൽ ഒരാൾ.

നന്നായി അറബി സംസാരിക്കും. ഞങ്ങൾ വർത്തമാനം പറഞ്ഞുകൊണ്ടിരിക്കെ അവൾ പറഞ്ഞു:

നിങ്ങളുടെ നാട്ടുകാരായ ഒട്ടേറെ പേർ അനുരാധപുരത്തുണ്ട്. ഈ ഹോട്ടലിലും മലയാളിയായ ഒരാൾ ജോലി ചെയ്യുന്നുണ്ട്.

പറഞ്ഞു നാവെടുത്തില്ല, അപ്പോഴേക്കും കറുത്ത് തടിച്ച, ഏതാണ്ട് അമ്പതിനടുത്ത് പ്രായം തോന്നിക്കുന്ന ഒരാൾ അങ്ങോട്ട് കടന്നുവന്നു. ആ ഹോട്ടലിലെ മെയിൻ ഷെഫ് ആയിരുന്നു അയാൾ.

ബേപ്പൂരുകാരൻ ഹംസാക്ക!

ഹംസാക്ക വർഷങ്ങളായി സൗദിയിൽ ആയിരുന്നു. അവിടെനിന്ന് പരിചയപ്പെട്ട ഒരു ശ്രീലങ്കക്കാരിയെ വിവാഹം ചെയ്തു. സൗദി വിട്ടശേഷം ഇങ്ങോട്ട് പോന്നു.

അദ്ദേഹത്തെ പോലെ ഗൾഫിൽ പ്രവാസ ജീവിതത്തിനിടെ പരിചയപ്പെട്ട ശ്രീലങ്കൻ സ്ത്രീകളെ വിവാഹം കഴിച്ച ധാരാളം ആളുകളുണ്ട്. തിരിച്ച്, മലയാളി പെൺകുട്ടികളെ ശ്രീലങ്കയിലേക്ക് വിവാഹം ചെയ്തുകൊണ്ട് വന്ന അനുഭവങ്ങളും അപൂർവമായാണെങ്കിലും ഉണ്ട്.

സൗദിയിൽ നഴ്സ് ആയി ജോലി ചെയ്തുകൊണ്ടിരിക്കെ അതേ ആശുപത്രിയിൽ ജോലി ചെയ്തിരുന്ന കൊളംബോക്കാരനെ കല്യാണം കഴിച്ച എന്റെ നാട്ടുകാരി സാബിറയെ എനിക്കോർമ വന്നു.

അന്ന് തന്നെ സമാനമായ മറ്റൊരു അനുഭവമുണ്ടായി. അനുരാധപുരം തെരുവിലൂടെ തെണ്ടിത്തിരിഞ്ഞു നടക്കുകയായിരുന്നു. ഉച്ചസമയമായിരുന്നു.

നല്ല വിശപ്പുണ്ട്.

സാമാന്യം വെടിപ്പുള്ള ഒരു ഇടത്തരം ഹോട്ടലിൽ കയറി.

മുൻവശത്ത് തന്നെ ഗ്ലാസ് പതിച്ച അലമാരയിൽ വിഭവങ്ങൾ നിരത്തിവെച്ചിട്ടുണ്ട്.

സിംഹള ഭാഷ വശമില്ലാത്തതുകൊണ്ട് അപ്പവും മീൻ കറിയും ചൂണ്ടി ആംഗ്യത്തിൽ അതിനു ഓർഡർ ചെയ്തു. ഞാനും ഹാരിസും പലതും പറഞ്ഞുകൊണ്ടിരുന്നു. അതിനിടെ അയാൾ അടുത്ത് വന്നു,

"അധികം എരിവ് വേണ്ടല്ലോ?" എന്ന് മലയാളത്തിൽ ചോദിച്ചു.

കാഴ്ചയിൽ ഒരു മലയാളിത്തവും തോന്നാത്ത അയാളോട് അത്ഭുതത്തോടെ ഞാൻ ചോദിച്ചു.

"നാട്ടിൽ എവിടെയാണ്?"

"അനുരാധപുര"

അയാൾ ചിരിച്ചു. അതും പറഞ്ഞ് അയാൾ ഭക്ഷണം എടുക്കാൻ പോയി. അൽപം കഴിഞ്ഞ് ഞങ്ങൾ ഓർഡർ ചെയ്ത അപ്പവും മീൻ കറിയുമായി അയാൾ വന്നു. ഭക്ഷണം മേശപ്പുറത്ത് വെച്ച് ഗ്ലാസിൽ വെള്ളം ഒഴിച്ച് തന്ന് അയാൾ പറഞ്ഞു:

"ഞാൻ ശ്രീലങ്കയിൽ തന്നെയാണ്. അടുത്ത് പുത്തലം ആണ് വീട്."

"അപ്പൊ, മലയാളം എങ്ങനെ അറിയാം?"

"പത്ത് വർഷത്തിലധികം ഞാൻ ഖത്തറിലായിരുന്നു. ഒരു മലയാളി നടത്തുന്ന റസ്റ്റാറന്റിൽ ആയിരുന്നു ജോലി. കൂടെ പണി എടുത്തവരും ഭക്ഷണം കഴിക്കാൻ വരുന്നവരും മലയാളികൾ. അവരിൽനിന്ന് മലയാളം പഠിച്ചു."

ഭാഷയിൽ മാത്രമല്ല, അയാൾ ഉണ്ടാക്കിയ അപ്പത്തിനും മീൻക റിക്കും തനി കേരള സ്വാദ് ആയിരുന്നു.

"ഞാൻ കറിക്ക് മസാലക്കൂട്ട് പ്രത്യേകമായി ഉണ്ടാക്കുകയാണ്. അതുകൊണ്ടാണ് നിങ്ങളുടെ രുചി കിട്ടുന്നത്"

അയാൾ പറഞ്ഞു.

ഇങ്ങനെയൊക്കെയാണല്ലോ ഭാഷയും സംസ്കാരവും വളരുന്നത്.

ഭാഷയും രസക്കൂട്ടുകളും അതിരുകൾ കടക്കുന്ന വഴികൾ അവി ശ്വസനീയമാണ്. വിവിധ ഗൾഫ് രാജ്യങ്ങളിൽ ജോലി ചെയ്യുന്ന അനേകായിരം ശ്രീലങ്കക്കാർക്ക് മലയാളികൾ അടുത്ത സുഹൃത്തുക്ക ളാണ്. ആ സൗഹൃദം എല്ലാ മലയാളികളോടും മലയാളത്തോടുമുള്ള സ്നേഹമായി മാറിക്കൊണ്ടിരിക്കുന്നു!

വിശുദ്ധ ആൽമരം

ബുദ്ധ-സിംഹള സമൂഹവുമായി ബന്ധപ്പെട്ട ഏറ്റവും പ്രാചീന ദേശമാണ് അനുരാധപുര. പ്രസിദ്ധമായ ബുദ്ധമതതീർഥാടന കേന്ദ്ര മാണിത്. സി.ഇ. 11ാം നൂറ്റാണ്ടുവരെ സിംഹളരാജാക്കന്മാരുടെ തലസ്ഥാനം അനുരാധപുര ആയിരുന്നു.

ഏറ്റവുമധികം ബുദ്ധപ്രതിമകളും സിംഹള സംസ്കാരവുമായി ബന്ധപ്പെട്ട വാസ്തുശിൽപങ്ങളും അവശേഷിക്കുന്ന പ്രദേശം എന്ന പ്രത്യേകതകൊണ്ടാണ് അനുരാധപുര ലോക ശ്രദ്ധനേടുന്നത്. ബി.സി.ഇ. അഞ്ചാം നൂറ്റാണ്ടിൽ സിംഹളത്തിലെ ഒരു മന്ത്രിയായിരു ന്ന അനുരാധനാണ് ഈ പ്രദേശം രാജസ്ഥാനമാക്കിയത് എന്നാണ് കരുതപ്പെടുന്നത്.

അനുരാധന്റെ പേരിൽനിന്നാകണം അനുരാധപുര എന്ന് പിന്നീട് ഈ പ്രദേശം വിളിക്കപ്പെട്ടത്. ഇപ്പോൾ അനുരാധപുര ചരിത്രാവശി ഷ്ടങ്ങളുടെ ഒരു കലവറ തന്നെയാണ്.

യുനെസ്കോയുടെ പൈതൃകപ്പട്ടികയിൽ അനുരാധപുര ഉൾപ്പെട്ടു ന്നുണ്ട്.

ഇപ്പോൾ തകർന്ന നിലയിൽ കാണുന്ന പല പൈതൃക സ്മാരകങ്ങളും ചോളന്മാരുടെ ആക്രമണങ്ങളെക്കൂടി ഓർമിപ്പിക്കുന്നുണ്ട്. സി.ഇ. 11ാം നൂറ്റാണ്ടിന്റെ ആരംഭത്തിൽ ചോള സാമ്രാജ്യത്തിന്റെ അധിനിവേശത്തെ തുടർന്ന് തലസ്ഥാനം അനുരാധപുരത്തുനിന്ന് പോളൊണ്ണരുവപയിലേക്ക് മാറ്റി. പിന്നീട് വന്ന സിംഹളരാജാക്കന്മാരും തലസ്ഥാനമായി പോളൊണ്ണരുവ തന്നെ നിലനിർത്തി.

പതിമൂന്നാം നൂറ്റാണ്ടായപ്പോഴേക്കും അനുരാധപുര ആരും ശ്രദ്ധിക്കാതെ കാട്ടുപിടിച്ച് നശിക്കാൻ തുടങ്ങി. 19ാം നൂറ്റാണ്ടിൽ ശ്രീലങ്ക ബ്രിട്ടീഷ് കോളനിയായ ശേഷമാണ് അനുരാധപുരത്തിന്റെ പ്രാചീന ചരിത്ര ഗരിമ പുറത്ത് കൊണ്ടുവരുന്ന ഉത്ഖനനങ്ങൾ നടത്തിയത്.

ശ്രീലങ്ക സ്വതന്ത്രമായ ശേഷം അതിന്റെ ചുവടുപിടിച്ച് കൂടുതൽ പഠനങ്ങൾ നടത്തുകയും അതീവ ചരിത്ര പ്രാധാന്യമുള്ള ഒട്ടേറെ നിർമിതികളും സ്മാരകങ്ങളും കണ്ടെടുക്കുകയും ചെയ്തു.

അനുരാധപുരത്ത് ഞങ്ങൾ ആദ്യം പോയത് മഹാബോധി വിഹാരം കാണാനാണ്. ഇവിടത്തെ ഏറ്റവും ചരിത്ര പ്രധാനമായ വിഹാരമാണ് മഹാബോധി.

തദ്ദേശീയരായ തീർഥാടകർക്ക് പുറമെ വിദേശികളായ ടൂറിസ്റ്റുകളും അവിടെ ധാരാളമായി വരുന്നുണ്ട്. ബുദ്ധമത വിശ്വാസികൾ പവിത്രമായി കരുതുന്ന അതിപ്രാചീനമായ ഒരു ബോധിമരം ഇവിടെയുള്ളതാണ് മഹാബോധി വിഹാറിനെ പുണ്യകേന്ദ്രമാക്കി മാറ്റുന്നത്.

ഗൗതമ ബുദ്ധന് ജ്ഞാനോദയമുണ്ടായത് ബിഹാറിലെ ബോധ്ഗയയിലെ ബോധി മരത്തിന്റെ ചുവട്ടിൽവെച്ച് ആണെന്നാണല്ലോ വിശ്വസിക്കപ്പെടുന്നത്.

ആ മഹാബോധി വൃക്ഷത്തിന്റെ തെക്കു ഭാഗത്തുള്ള ശിഖരം കൊണ്ടുവന്ന് വളർത്തിയതാണ് അനുരാധപുരത്തെ മഹാബോധി. മഹാബോധി വിഹാറിൽ രേഖപ്പെടുത്തിയ പ്രകാരം, അശോകചക്രവർത്തി തന്റെ മഹീന്ദ്രൻ എന്ന പുത്രനെയും സംഗമിത്ര എന്ന പുത്രിയെയും ബുദ്ധമത പ്രചാരണാർഥം അനുരാധപുരത്തേക്ക് നിയോഗിച്ചപ്പോൾ ബുദ്ധഗയയിലെ ബോധിവൃക്ഷത്തിന്റെ ഒരു ശാഖ കൊണ്ടുവന്ന് ഇവിടെ നടുകയുണ്ടായി.

ബി.സി.ഇ. 245ൽ നട്ട ഈ മരമാണ് ചരിത്രത്തിൽ നട്ടുവളർത്തപ്പെട്ട സപുഷ്പി മരങ്ങളിൽ അതിപ്രാചീനം എന്ന് ചരിത്രകാരനായ എച്ച്.ജി. വെൽസ് രേഖപ്പെടുത്തിയിട്ടുണ്ട്.

ഈ വൃക്ഷം ബുദ്ധവിശ്വാസികളെ മാത്രമല്ല അതിശയിപ്പിക്കുന്നത്. ഭക്തരെ അത് ആത്മീയമായാണ് ഉണർത്തുന്നതെങ്കിൽ

ചരിത്ര കുതുകികളായ സന്ദർശകരെ, മനുഷ്യചരിത്രം കടന്നുപോയ 2300 വർഷങ്ങളുടെ ജീവൽസാക്ഷിയായ ഒരു മഹാവൃക്ഷം എന്ന കൗതുകമാണ് വിസ്മയിപ്പിക്കുന്നത്.

മഹാബോധി മരത്തിന്റെ അടുത്ത് നിൽക്കുമ്പോൾ രാഷ്ട്രീയ അധിനിവേശങ്ങളുടെയും പ്രകൃതിദുരന്തങ്ങളുടെയും ആയിരത്താണ്ടുകളുടെ ചരിത്രത്താളുകൾ മനസ്സിൽ ഒന്നൊന്നായി മറിഞ്ഞുവീണു.

ബുദ്ധമതത്തിൽ ആൽമരത്തിന് വലിയ പ്രാധാന്യമാണുള്ളത്.

ബൗദ്ധ ആരാധനകളിൽ ബുദ്ധ പ്രതിമയും സ്തൂപവുംപോലെ ബോധിമരവും ഒരു പ്രതീകമായി ഗണിക്കപ്പെടുന്നു.

ബോധിമരം ബുദ്ധനെ പ്രതീകവത്കരിക്കുന്നു.

ഈ വൃക്ഷത്തിന് സവിശേഷമായ ആത്മീയ ചൈതന്യം ഉണ്ടെന്ന് ബുദ്ധമതക്കാർ വിശ്വസിക്കുന്നു.

അതിനാൽ മഹാബോധിയിൽ എത്തുന്ന തീർഥാടകർ വൃക്ഷത്തെ ചുറ്റിപ്പറ്റി പല കർമങ്ങളും നടത്തുന്നു.

ബോധിമരത്തിനു കാണിക്കകളും പണവും പുഷ്പാർച്ചനയും നടത്തുന്നു.

ഈ ജ്ഞാനവൃക്ഷത്തിന് ജീവിതത്തെ മാറ്റിമറിക്കാൻ സാധിക്കുമെന്നാണ് ബുദ്ധ വിശ്വാസം.

കാലാകാലങ്ങളിൽ പ്രകൃതിയുടെ ക്ഷോഭമേറ്റ് പോറലേറ്റ മരത്തിന്റെ അവശേഷിക്കുന്ന ഭാഗങ്ങൾ സ്വർണം പൂശിയ തൂണുകൾകൊണ്ട് താങ്ങിനിർത്തിയാണ് സംരക്ഷിച്ചുവരുന്നത്.

വിഹാരത്തിന് പുറത്ത് ആമ്പൽപൂക്കൾ വിൽക്കുന്ന സ്ത്രീകളിൽ നിന്ന് പൂക്കൾ വാങ്ങി പോകുന്ന വിദേശികളെ കണ്ടു. ആ പൂക്കൾ ബോധിമരത്തിന് അർച്ചന ചെയ്യാൻ വേണ്ടിയുള്ളതായിരുന്നു. മഹാബോധി വിഹാരത്തിൽ ദൈനംദിന പ്രാർഥനകൾ, വാർഷിക ഉത്സവങ്ങൾ, ധ്യാനങ്ങൾ എന്നിങ്ങനെ പല പരിപാടികൾ നടക്കുന്നുണ്ട്.

ബോധിവൃക്ഷത്തോട് ചേർന്നുള്ള മൈതാനത്തിൽ സംഘം സംഘമായി കുറെ സ്ത്രീകൾ നിശ്ശബ്ദമായി വളരെ സാവകാശം ചുവടുവെക്കുന്നത് കണ്ടു. ശുഭ്ര വസ്ത്രമാണ് എല്ലാവരും ധരിച്ചിരിക്കുന്നത്.

മറ്റൊരു സ്ഥലത്ത് വിഹാര കവാടത്തിൽ ബുദ്ധ സന്ന്യാസിമാർ ശരണവചനങ്ങൾ ഉരുവിടുകയും അവിടെ കൂടിയിരിക്കുന്ന ഭക്തജനങ്ങൾ അത് ഏറ്റുചൊല്ലുകയും ചെയ്യുന്നു. അന്നദാനം, ജാതക കഥ വിവരണം, ധർമ പ്രഭാഷണങ്ങൾ തുടങ്ങിയവ എല്ലാ ദിവസവുമുണ്ട്.

സിംഹള കലണ്ടറിനെ ആസ്പദമാക്കി വർഷത്തിൽ നാല്

ഉത്സവങ്ങൾ ഇവിടെ കേമമായി കൊണ്ടാടുന്നുണ്ട്. ആ ഉത്സവങ്ങളിൽ പങ്കെടുക്കാനാണ് കൂടുതൽ തീർഥാടകർ എത്താറുള്ളത്. ഈ പാവന വൃക്ഷം കണ്ടും വണങ്ങിയും ആത്മനിർവൃതികൊള്ളുന്ന ഭക്തന്മാരെയാണ് അവിടെ നമ്മൾ കണ്ടുമുട്ടുന്നത്.

ആൽമരം ഒട്ടേറെ ജൈവ സവിശേഷതകൾ ഉള്ള ഒരു വൃക്ഷമാണ്.

ദീർഘായുസ്സാണ് ആലിന്റെ ഏറ്റവും വലിയ പ്രത്യേകത. മണ്ണില്ലെങ്കിലും വായുവിൽ നിന്ന് ജലാംശവും പോഷണങ്ങളും വലിച്ചെടുത്ത് നിലനിൽക്കാൻ അതിന് സിദ്ധിയുണ്ട്. പ്രതികൂല സാഹചര്യങ്ങൾ തരണംചെയ്തു വളരാൻ ആൽമരത്തിന് സാധിക്കുന്നു.

അതുകൊണ്ടുതന്നെ വിജ്ഞാന ദാഹികൾക്ക് മാതൃകയായി ഉപനിഷത്തുകളിൽ ആൽമരത്തെ പരാമർശിച്ചിട്ടുണ്ട്.

ഇതുകൊണ്ട് ഒക്കെയാവാം ഗൗതമ ബുദ്ധൻ തന്റെ തപസ്സിനു ഒരു പ്രതീകം എന്ന നിലയിൽ ആൽമരത്തണൽ തിരഞ്ഞെടുത്തത്. പ്രകൃതിയെയും പരിസ്ഥിതിയെയും ജ്ഞാനാന്വേഷണങ്ങളുടെ കേന്ദ്രമാക്കണം എന്ന ദാർശനികപാഠവും അത് ഉൾക്കൊള്ളുന്നു.

എന്നാൽ, ബുദ്ധമതം സ്ഥാപനവത്കരിക്കപ്പെട്ടതോടെ മറ്റെല്ലാ മതങ്ങളിലും സംഭവിച്ചപോലെ ആചാരങ്ങൾക്കും അനുഷ്ഠാനങ്ങൾക്കും അതിലെ പ്രതീകങ്ങളെ മറികടക്കുന്ന പ്രാധാന്യം കൈവന്നു എന്ന് തോന്നുന്നു.

ബോധിമരത്തിന് ഭക്ഷണവസ്തുക്കൾ നിവേദ്യമായി നൽകാൻ ക്യൂ നിൽക്കുന്ന ഭക്തജനങ്ങളെ കണ്ടപ്പോൾ അങ്ങനെയാണ് തോന്നിയത്. ആൽമരങ്ങളെ ആരാധിക്കലും അവയിൽ കുടിയിരിക്കുന്നുവെന്ന് കരുതപ്പെടുന്ന ദേവതകളെ പൂജിക്കലും ലോകത്തിന്റെ പല ഭാഗങ്ങളിലും നടന്നുവരുന്ന ആചാരങ്ങളാണ്.

ഹിന്ദുക്കൾ മന്ത്രം ജപിച്ചുകൊണ്ട് അരയാലിനെ പ്രദക്ഷിണം ചെയ്യുന്ന പതിവുണ്ട്. ഹൈന്ദവ സങ്കൽപമനുസരിച്ച് അരയാൽ വൃക്ഷത്തിന്റെ വേരിൽ ബ്രഹ്മാവും കാണ്ഡത്തിൽ വിഷ്ണുവും അഗ്രത്തിൽ ശിവനും വസിക്കുന്നു. ആൽമരങ്ങൾക്ക് നമ്മുടെ നാട്ടിലും വലിയ പവിത്രത കൽപിക്കപ്പെടുന്നത് അതുകൊണ്ടാവാം.

ബോധിമരത്തോട് ചേർന്ന് ബുദ്ധന്റെ പ്രതിമകളുള്ള കുറെ വിഹാരങ്ങളും തീർഥാടകർക്ക് വേണ്ടിയുള്ള സൗകര്യങ്ങളും ബുദ്ധഭിക്ഷുക്കളുടെ താമസസ്ഥലങ്ങളും മറ്റുമുണ്ട്.

വിഹാരത്തോടു ചേർന്നുള്ള വലിയ കെട്ടിടത്തിനു മുന്നിലൂടെ നടക്കുമ്പോൾ വെള്ള ടീഷർട്ടും വെള്ള പാന്റ്സും ധരിച്ച ഒരാൾ ഞങ്ങളെ പരിചയപ്പെട്ടു.

അദ്ദേഹം അവിടെ സേവന നിരതനായ ഒരു വളന്റിയർ ആയിരുന്നു.

പൊലീസിൽ ഉയർന്ന ഉദ്യോഗസ്ഥനാണദ്ദേഹം എന്ന് പിന്നീട് മനസ്സിലായി.

"നിങ്ങൾ ഭക്ഷണം കഴിച്ചിട്ടുണ്ടോ?"

"ഇല്ല, സന്ദർശനം കഴിഞ്ഞു മടങ്ങുമ്പോൾ കഴിക്കാമെന്ന് ഓർത്തു."

"ആശ്രമത്തിൽ ഭക്ഷണം ഉണ്ടല്ലോ, വിരോധമില്ലെങ്കിൽ ഇവിടെനിന്ന് കഴിക്കാം."

ഞങ്ങൾ മറുത്തൊന്നും പറഞ്ഞില്ല. അയാൾ ഞങ്ങളെയുമായി ഭോജനശാലയിലേക്ക് പോയി.

വിശാലമായ ഒരു ഹാൾ ആയിരുന്നു അത്. പലതരത്തിലുള്ള വെജിറ്റേറിയൻ ഭക്ഷണങ്ങൾ നിരത്തിയിട്ടുണ്ട്.

ഭക്ഷണം കഴിക്കാനിരിക്കുന്നവരിൽ അധികവും വിശിഷ്ടാതിഥികൾ ആയിരുന്നു.

പലരും ഞങ്ങളെ വന്നു പരിചയപ്പെട്ടു.

ഭക്ഷണം വിളമ്പി സൽക്കരിച്ചു.

ഒന്നാന്തരം ഫുഡ്!

ശ്രീലങ്കയിലെ സിംഹളരെ പറ്റി പലപ്പോഴും മോശം ചിത്രമാണ് നമ്മുടെ മനസ്സിൽ. അതിൽ ശരിയുണ്ടുതാനും.

ആഭ്യന്തര കലാപം നടക്കുന്ന കാലത്ത് ശ്രീലങ്കയിലെ സിംഹള ഭൂരിപക്ഷ ഭരണകൂടം തുല്യതയില്ലാത്ത ക്രൂരതകൾ തമിഴ് ജനതയോട് കാണിച്ചിട്ടുണ്ട്. സൈന്യം കാണിച്ച കൊടിയ ക്രൂരതകളുടെ ഇരകൾ ഇന്നും നരകയാതന അനുഭവിക്കുന്നുണ്ട്. തമിഴ് ഭൂരിപക്ഷ മേഖലകളിലൂടെ സഞ്ചരിക്കുമ്പോൾ ഇപ്പോഴും സാധാരണക്കാരായ തമിഴർ ഗദ്ഗദത്തോടെ ആ കരാള കാലം ഓർക്കും.

അഹിംസയും കാരുണ്യവും മുഖമുദ്രയായ ബുദ്ധമതത്തിന്റെ അനുയായികൾക്ക് എങ്ങനെ ഇങ്ങനെ ക്രൂരത കാണിക്കാൻ സാധിക്കുമെന്ന് മൂക്കത്ത് വിരൽവെച്ചുപോയ അനുഭവങ്ങൾ ലോകത്ത് വേറെയും ഉണ്ടല്ലോ.

മ്യാന്മറിൽ റോഹിങ്ക്യകളെ ഉന്മൂലനം ചെയ്യുന്നതും ബുദ്ധസന്ന്യാസികളുടെ നേതൃത്വത്തിൽ ആണല്ലോ. സൈന്യം മാത്രമല്ല വംശീയവാദികളായ സിംഹള പൗരാവലിയും തമിഴർക്കെതിരെ തിരിഞ്ഞിരുന്നു.

ഇതൊക്കെയാണെങ്കിലും ആ ഭരണകൂട ഹിംസയും ന്യൂനപക്ഷമായ വംശീയവാദികളുടെ ചെയ്തികളും മുന്നിൽവെച്ച് സിംഹളർ എല്ലാവരും അങ്ങനെ ആണെന്ന വിധിക്കുന്നതും ശരിയല്ല.

ശ്രീമഹാബോധി വിഹാറിൽ അത്തരമൊരു വിധിതീർപ്പിനെ നിരാകരിക്കുന്ന അനുഭവമായിരുന്നു ഞങ്ങൾക്കുണ്ടായത്.

സിംഹള സംസ്കാരം

സിംഹള സംസ്കാരം നേർക്കുനേർ കാണാൻ ഏറ്റവും ഉചിതമായ സ്ഥലം അനുരാധപുര തന്നെയാണ്. തമിഴരിൽ നിന്ന് ഏറെ വ്യത്യാസമുണ്ട് അവരുടെ ജീവിത രീതികൾക്ക്.

രണ്ടായിരത്തി അറുനൂറോളം വർഷത്തെ പാരമ്പര്യമുള്ള ഒരു സാംസ്കാരിക സമൂഹമാണ് അവർ. നൃത്തം, ശിൽപവിദ്യ, ചിത്രകല, സാഹിത്യം, പരമ്പരാഗത വിശ്വാസങ്ങൾ എന്നിവയിലെല്ലാം സിംഹളർക്ക് തങ്ങളുടേതായ രീതികളുണ്ട്.

സിംഹളരുടെ പുരാതനമായ ശിൽപങ്ങളും ശിലാലിഖിതങ്ങളും അടുത്തിടെ പുരാവസ്തു പഠിതാക്കളുടെ സജീവ ശ്രദ്ധ നേടുന്നുണ്ട്. പരമ്പരാഗത സിംഹളീസ് വാദ്യോപകരണങ്ങളാണ് ബുദ്ധമതാഘോഷങ്ങളെ സംഗീത സാന്ദ്രമാക്കുന്നത്.

വിഹാരത്തിന് ചുറ്റുമിരുന്ന് ഭജനപാടുന്ന ഭക്തരെ തങ്ങളുടെ പുരാതനമായ താളബോധം ലഹരിപിടിപ്പിക്കുന്നതായി തോന്നി. കണ്ണടച്ചിരുന്ന് ബുദ്ധം ശരണം മൂളുന്നവരിൽ തലമുറകൾ കടന്നുവന്ന സംഗീതത്തിന്റെ ഒരു ജൈവികത ഉത്തേജിപ്പിക്കുന്നുണ്ടാകണം.

പ്രധാന പ്രാർഥനാലയത്തിന് അഭിമുഖമായുള്ള മണൽ തിണ്ണയിൽ ഞാൻ തീർഥാടകരെ നോക്കിയിരുന്നു. സിംഹളരുടെ വസ്ത്രധാരണ രീതിയാണ് അപ്പോൾ കണ്ണിൽ ഉടക്കിയത്.

മലയാളികളുടെ വസ്ത്ര സംസ്കാരവുമായി ചേർന്ന് നിൽക്കുന്നതാണത്.

സരോങ് എന്നറിയപ്പെടുന്ന, നമ്മുടെ മുണ്ട് പോലെയുള്ള തുണിയും ജുബ്ബപോലെ നീളൻ ഷർട്ടുമാണ് പുരുഷന്മാരുടെ വേഷം. സ്ത്രീകൾ ഹാഫ് ജാക്കറ്റിന് മുകളിൽ ചേല ചുറ്റുന്നു.

എന്നാൽ പുതിയ തലമുറ ആധുനിക പാശ്ചാത്യ വേഷങ്ങൾ തന്നെയാണ് അണിയുന്നത്.

വിഹാരങ്ങളിൽ പോകുമ്പോഴും ആചാര ചടങ്ങുകളിലും സിംഹള സ്ത്രീകൾ കണ്ട്യൻ എന്ന് പേരുള്ള പരമ്പരാഗത വസ്ത്രധാരണ രീതിയാണ് പിന്തുടരുന്നത്.

സിംഹള സംസ്കാരത്തിൽ ബുദ്ധമതത്തിന്റെ മുദ്രകളാണുള്ളത്.

ബുദ്ധമതത്തിലെ ഥേരവാദ കൈവഴിയാണ് അവരിൽ ഭൂരിഭാഗവും പിന്തുടരുന്നത്. എന്നാൽ, സിംഹള വംശജരിൽ നന്നേ ചെറിയൊരു ശതമാനം ക്രിസ്തുമതവിശ്വാസികളും ഉണ്ട്.

സിംഹള ഭാഷ, ഇന്തോ-ആര്യൻ ഭാഷാ കുടുംബത്തിൽ ഉൾപ്പെടുന്നു. ശ്രീലങ്കയിലെ പ്രഥമ ഔദ്യോഗികഭാഷ സിംഹളയാണ്. നമ്മുടെ കന്നട, തെലുങ്ക് ലിപികളോട് നല്ല സാമ്യമുണ്ട് സിംഹളീസ് ലിപിക്കും.

സിംഹള ഭാഷക്കുമുണ്ട് മലയാളവുമായി പൊക്കിൾകൊടി ബന്ധം.

ജാതി, മതഭേദമില്ലാതെ മലയാളത്തിലെ ശരണം വിളിയുടെ വാക്കായ "അയ്യോ" പോലും സിംഹള സംസ്കാരത്തിന്റെ സ്വാധീനമാണ്. അയ്യൻ എന്ന പദത്തിന് ബുദ്ധൻ എന്നും അർഥമുണ്ട്. ധർമ ശാസ്താവ് എന്ന സംസ്കൃതപദവും ബുദ്ധന്റെ പര്യായമാണ്.

പതിനാറു നൂറ്റാണ്ടുകൾ മുമ്പ് മുതൽക്കുതന്നെ ബൗദ്ധസംസ്കാരത്തിന് കേരളവുമായുള്ള ബന്ധം ആരംഭിച്ചിരിക്കാമെന്ന് സൂചന നൽകുന്ന പട്ടണം പുരാവസ്തു തെളിവുകൾ, കേരളീയ, സിംഹള സംസ്കാരങ്ങൾ തമ്മിലെ ആദാന പ്രദാനങ്ങൾ സംബന്ധിച്ച വിശദമായ പഠനത്തിന് വെളിച്ചം നൽകുന്നുണ്ട്.

വാസ്തുവിദ്യയിൽ അനുരാധപുര ശൈലി പ്രസിദ്ധമാണ്.

അതിപ്രാചീനമായ നിർമാണ മാതൃകകളിൽ അനുരാധപുര ശൈലി ഉയർന്നുനിൽക്കുന്നു. ലോകത്തിന്റെ പല ഭാഗത്തുമുള്ള പ്രാചീന സൗധങ്ങൾ ആ മാതൃകയിൽ പണിയപ്പെട്ടതാണ്.

തെക്കൻ കേരളത്തിൽ ബുദ്ധ വേരുകളുള്ള പുരാതന ക്ഷേത്രങ്ങൾ പലതും അനുരാധപുര ശൈലിയിൽ ആണെന്ന് പുരാവസ്തു വിദഗ്ധർ അഭിപ്രായപ്പെട്ടിട്ടുണ്ട്. ഗാന്ധാര, ഗുപ്ത, പല്ലവ, അജന്ത, തമിഴ് വാസ്തു സൗന്ദര്യരീതികൾ സമഞ്ജസമായി മേളിക്കുന്നതാണ് അനുരാധപുര ശൈലി.

മഹാബോധി വിഹാറിൽനിന്ന് ഇറങ്ങാൻ നേരമാണ് അവിടെയുള്ള ഒരു പ്രാർഥന മന്ദിരത്തിന്റെ ഭിത്തിയിൽ തുളകൾ വീണിട്ടുള്ളത് ശ്രദ്ധയിൽപെട്ടത്.

അടുത്ത് കണ്ട ഒരു സിംഹള ഭിക്ഷുവിനോട് അതേക്കുറിച്ച് ചോദിച്ചപ്പോഴാണറിയുന്നത്, ജാഫ്നയിലെ പള്ളി ഭിത്തിയിലെ തുളകൾ പോലെ ഇതും ആഭ്യന്തര യുദ്ധത്തിന്റെ അടയാളങ്ങളാണ്.

'അനുരാധപുര കൂട്ടക്കൊല'യുടെ ഭാഗമായാണ് ബുദ്ധവിഹാരത്തിലും കലാപകാരികളായ തമിഴ് പുലികൾ ഇരച്ചു കയറിയത്.

1985 മേയിലായിരുന്നു ആ സംഭവം.

തമിഴ് അധിവാസ കേന്ദ്രത്തിന് പുറത്ത് എൽ.ടി.ടി.ഇ നടത്തിയ പ്രഥമ ഓപറേഷൻകൂടിയാണ് അനുരാധപുര സംഭവം.

തട്ടിയെടുത്ത ഒരു യാത്രാബസുമായി അനുരാധപുരത്തേക്കു പ്രവേശിച്ച തമിഴ് പുലികൾ അവിടെ ബസ് സ്റ്റേഷനിൽ നിന്നിരുന്ന ജനങ്ങളുടെ നേർക്ക് യന്ത്രത്തോക്കുകളുപയോഗിച്ച് നിറയൊഴിക്കുകയായിരുന്നു.

തുടർന്നാണ് മഹാബോധി വിഹാരത്തിൽ കയറി അവിടെയുണ്ടായിരുന്ന ബുദ്ധഭിക്ഷുക്കളുടെ നേരെ വെടിയുതിർത്തത്.

പിന്നീട് പുലികൾ വിൽപാട്ടു ദേശീയോദ്യാനത്തിലേക്കു കടക്കുകയും അവിടെയുണ്ടായിരുന്ന 18 സിംഹള പൗരന്മാരെ വധിക്കുകയും ചെയ്തു.

സ്ത്രീകളും കുട്ടികളും പുരുഷന്മാരും ഉൾപ്പെടെ 146 പേർ കൊലചെയ്യപ്പെട്ട ആ സംഭവം തമിഴർക്ക് എതിരെ സിംഹള വംശീയ വികാരം ആളിക്കത്തിക്കുന്നതിൽ ചെറിയ പങ്കല്ല വഹിച്ചത്.

ആ കൂട്ടക്കൊലയുടെ സ്മാരകമെന്നോണം ഭിത്തിയിലെ ദ്വാരങ്ങൾ നമ്മെ തുറിച്ചുനോക്കുന്നു.

എട്ട് സ്തൂപങ്ങൾ

ഭോജനശാലയിൽ വെച്ച് പരിചയപ്പെട്ട ബുദ്ധവിശ്വാസികൾ അടമസ്ഥാനം എല്ലാം കണ്ടോ എന്ന് അന്വേഷിച്ചിരുന്നു.

അനുരാധപുര എന്നാൽ അടമസ്ഥാനമാണ് (Atamasthana).

അത് കാണാതെ മടങ്ങരുത് എന്നവർ സ്നേഹപൂർവം ആവശ്യപ്പെട്ടിരുന്നു.

പൈതൃക സ്മാരകങ്ങൾ കണ്ടിട്ട് മടങ്ങിയാൽ മതി എന്ന് ഞങ്ങളും തീർച്ചയാക്കിയിരുന്നു. ഭക്ഷണം കഴിച്ചു മടങ്ങുമ്പോൾ

പുണ്യകേന്ദ്രങ്ങളുടെ ഒരു ലൊക്കേഷൻ മാപ്പ് തന്നേൽപിക്കാൻ ആ പൊലീസ് വളന്റിയർ മറന്നില്ല.

ബോധി വിഹാർ ഉൾപ്പെടെ എട്ട് സ്മാരക സ്തൂപങ്ങൾ ചേർന്ന അടമസ്ഥാനം ബുദ്ധവിശ്വാസികളുടെ പുണ്യ തീർഥാടന കേന്ദ്രമാണ്.

മൂന്ന ഘട്ടങ്ങളിലായി ബുദ്ധൻ ഈ പ്രദേശം സന്ദർശിച്ചിട്ടുണ്ടെന്നാണ് വിശ്വാസം.

ഈ സ്മാരക സ്തൂപങ്ങൾ ബുദ്ധന്റെ ഭൗതികാവശിഷ്ടങ്ങൾ സൂക്ഷിച്ചിട്ടുള്ളവയാണ്. അതിനാൽ ബുദ്ധ തീർഥാടകർ ഈ അഷ്ടസ്തൂപങ്ങൾക്ക് വമ്പിച്ച വിശുദ്ധി കൽപിച്ചുവരുന്നു.

ചോള രാജാവായ എലാറയെ പരാജയപ്പെടുത്തിയ സിംഹള രാജാവ് ഡുട്ടുഗമുനു പണിത റുവൺവേലി സ്തൂപമാണ് ഇതിൽ ഒന്നാമത്.

അദ്ദേഹം ബി.സി.ഇ. 137ൽ പണിത ആ സ്തൂപത്തിനുള്ളിലാണത്രെ ബുദ്ധന്റെ ഭൗതികാവശിഷ്ടങ്ങളിൽ ഏറെയും. റുവൺവേലി സ്തൂപം പണി തീർന്നു കണ്ടു മരിക്കണമെന്നായിരുന്നു ഡുട്ടുഗമുനു രാജാവിന്റെ അന്ത്യാഭിലാഷം. അത് പക്ഷേ നടന്നില്ല.

എന്നാൽ, മരണാസന്നനായ രാജാവ് തന്നെ സ്തൂപം കാണിക്കണമെന്ന് ആജ്ഞാപിച്ചു.

കൊട്ടാര സേവകർ പണികഴിഞ്ഞെന്ന് അദ്ദേഹത്തെ ധരിപ്പിക്കാൻ വേണ്ടി സ്തൂപം വെള്ളശീല പുതപ്പിച്ച് രാജാവിന് കാഴ്ചവെച്ചു.

അതുകണ്ട് മനംനിറഞ്ഞ് തന്റെ അന്ത്യാഭിലാഷം പൂവണിഞ്ഞ ആത്മസംതൃപ്തിയോടെ രാജാവ് കണ്ണടച്ചു എന്നാണ് കഥ!

അശോക ചക്രവർത്തി തേരാവാഥ ബുദ്ധിസം പ്രചരിപ്പിക്കാൻ ഒരു സംഘത്തെ ശ്രീലങ്കയിലേക്ക് അയച്ചപ്പോൾ അദ്ദേഹത്തിന്റെ അഭ്യർഥന പ്രകാരം ദേവനംപിയ ടിസ്സ രാജാവ് പണി കഴിപ്പിച്ചതാണ് രണ്ടാമത്തെ സ്മാരകം.

ബി.സി.ഇ. 236ൽ പണി കഴിച്ച ഈ സ്തൂപം ലോകത്ത് ഏറ്റവും പഴക്കമുള്ള ബുദ്ധ സ്മാരകങ്ങളിൽ ഒന്നായി ഗണിക്കപ്പെടുന്നു.

ബുദ്ധ സന്ന്യാസിമാരുടെ താമസസ്ഥലമായാണ് ഇത് പണിതത്.

ബുദ്ധന്റെ വലത്തെ കഴുത്തെല്ല് ഈ സ്തൂപത്തിനകത്ത് സൂക്ഷിച്ചിരിക്കുന്നു എന്ന് വിശ്വസിക്കപ്പെടുന്നു.

മിരിസവേതിയ സ്തൂപം ആണ് അടുത്തത്.

ബി.സി.ഇ. 161ൽ ഡുട്ടുഗമുനു രാജാവാണിതും പണിതത്. എലാറ രാജാവിനെ തറപറ്റിച്ച് വിജയശ്രീലാളിതനായി വന്ന ഡുട്ടുഗമുനു

തന്റെ ചെങ്കോലിൽ ബുദ്ധമുദ്ര പതിപ്പിച്ച ശേഷം ടിസവേവയിൽ പോയി സ്നാനം ചെയ്ത് മടങ്ങി.

ആ ചെങ്കോൽ പിന്നെ തിരികെ എടുക്കാതെ ഒരു സ്തൂപം പണിത് അതിൽ കുടിയിരുത്തി.

അതാണ് ഥൂപരമായ എന്നാണ് ഐതിഹ്യം.

വലഗംബ രാജാവ് ബി.സി.ഇ. 89-77ൽ പണിത ലങ്കരാമാ സ്തൂപം ആണ് പിന്നീട് വരുന്നത്.

ഈ സ്തൂപത്തിൽ ബുദ്ധന്റെ അരപ്പട്ട സൂക്ഷിച്ചിരിക്കുന്നു എന്നാണ് വിശ്വസിക്കുന്നത്. മൂന്നു മീറ്റർ ഉയരവും 14 മീറ്റർ വ്യാസവുമുള്ള ഈ സ്തൂപം മനോഹരമാണെങ്കിലും ഇപ്പോൾ നിലവിലുള്ള സ്തൂപത്തിന് അതിന്റെ ആദിമ നിർമിതിയുമായി ഒരു ബന്ധവുമില്ലെന്ന് ആരോപിക്കപ്പെടുന്നുണ്ട്.

ആറാമത്തേത് അഭയഗിരി സ്തൂപം.

ബി.സി.ഇ. 89-77ൽ അലകംബ രാജാവ് നിർമിച്ച സ്മാരക സ്തൂപമാണിത്.ബുദ്ധന്റെ പാദമുദ്ര പതിഞ്ഞ പുണ്യ സ്ഥലമാണിതെന്ന് കരുതുന്നു.

ജേതവനാർമായയാണ് തുടർന്ന് വരുന്നത്.

നിർമിക്കപ്പെട്ട കാലത്ത് ഈജിപ്ഷ്യൻ പിരമിഡുകൾ കഴിഞ്ഞാൽ ലോകത്തെ മൂന്നാമത്തെ ഉയരം കൂടിയ നിർമിതി ജേതവനാർമായ ആയിരുന്നു എന്നാണ് കണക്കാക്കപ്പെടുന്നത്.

ഈ സ്മാരക പരമ്പരയിൽ അവസാനത്തേത് ലോഹമഹാപായ ആണ്.

ഈ സ്മാരകത്തിന്റെ മേൽപ്പുര പിച്ചളകൊണ്ട് നിർമിക്കപ്പെട്ടതു കൊണ്ടാണ് ഇതിനു ലോഹമഹാപായ എന്നു പേർ വന്നത്. ഡുട്ടഗമുനു പണിത ഈ കെട്ടിടം വേദപഠനത്തിനുള്ള ഹാളും ഊട്ടുപുരയും ഉൾക്കൊള്ളുന്നതായിരുന്നു. ആയിരത്തി അറുനൂറ് സ്തംഭങ്ങളിലാണിത് പണിതുയർത്തിയിരുന്നത്.

ആ സ്തംഭങ്ങൾ ഇപ്പോഴും ഇവിടെ ശേഷിക്കുന്നുണ്ട്.

ശ്രീലങ്കൻ ആഭ്യന്തരകലാപം അനുരാധപുരത്തെ ചരിത്രസ്മാരകങ്ങളിൽ വലിയ തോതിലുള്ള കേടുപാടുകൾ ഒന്നും വരുത്തിയിട്ടില്ല. എങ്കിലും കാലപ്പഴക്കംകൊണ്ട് പലതും നശിച്ചുതുടങ്ങിയിട്ടുണ്ട്. ബുദ്ധതീർഥാടക കേന്ദ്രം എന്നതോടൊപ്പം മനുഷ്യരുടെ സാംസ്കാരിക ചരിത്രത്തിൽ ഈ ശേഷിപ്പുകൾക്കുള്ള പ്രാധാന്യം പരിഗണിച്ച് ഇവ പരിരക്ഷിക്കപ്പെടണം.

എന്നാൽ, ഇപ്പോൾ ഇവിടെ നടക്കുന്ന പുനരുത്ഥാന പ്രവർത്തനങ്ങൾ അതിന്റെ പ്രാചീനമായ തനിമയും മൗലികമായ സൗകുമാര്യതയും ഇല്ലാതാക്കുന്നുണ്ടോ എന്ന ആശങ്ക എന്റെ മനസ്സിലൂടെ കടന്നുപോയി.

അഭായഗിരി സ്മാരകം കണ്ടുമടങ്ങുമ്പോഴാണ് അതിനടുത്തുള്ള വിശാലമായ ഒരുകുളം കണ്ണിൽ പെട്ടത്.

നാലുചുറ്റും കൽപടവുകൾ.

കൽപടവുകളിൽ പലതരം കൊത്തുപണികളുണ്ട്.

കുളത്തിലെ കണ്ണാടിപോലെ തെളിഞ്ഞ പച്ചനിറമുള്ള വെള്ളത്തിൽ ചുറ്റുമുള്ള വൃക്ഷങ്ങളുടെ പ്രതിബിംബം ഒരു ജലച്ചായചിത്രം വരച്ചിട്ടു.

'കുട്ടംപോകുണ' എന്നാണ് ഈ കുളത്തിന്റെ പേര്.

വാസ്തവത്തിൽ ഇത് ഇരട്ടക്കുളങ്ങളിൽ ഒന്നാണ്.

ഇതിന്റെ വടക്ക് വശം സമാനമായ മറ്റൊരു കുളംകൂടിയുണ്ട്.

അവ രണ്ടും അടിയൊഴുക്കുകൾകൊണ്ട് പരസ്പരം ബന്ധിതമാണ്. സഹസ്രാബ്ദങ്ങൾ പഴക്കമുള്ള ഈ ഇരട്ടക്കുളം അനുരാധപുരത്ത് പ്രാചീന കാലത്ത് നിലനിന്ന ജലാസൂത്രണ പദ്ധതികളുടെ തെളിവാണ്. ഈ കുളങ്ങൾ ബുദ്ധ ഭിക്ഷുക്കൾക്ക് സ്നാനശുദ്ധി വരുത്താൻവേണ്ടി പണിതതായിരിക്കാം.

കുളത്തിനോട് ചേർന്ന് കരിങ്കല്ലിൽ പണിത ഒരു ചാരുമഞ്ചം കണ്ടു.

മനോഹരമായ ഒരു ശിൽപമായിരുന്നു അത്.

നടന്ന് ക്ഷീണിച്ചതുകൊണ്ട് ആ പുരാതന ഇരിപ്പിടത്തിൽ കുറച്ച് നേരം തണുത്ത കാറ്റ് കൊണ്ടിരിക്കാൻ ഒരു ചോദനയുണർന്നു.

തോളിലെ ബാഗ് മഞ്ചത്തിന്റെ വശത്ത് അഴിച്ചുവെച്ച് നീണ്ട് നിവർന്ന് കിടന്നു. നാലുപാടും ഉയർന്നുനിൽക്കുന്ന കൂറ്റൻ സ്തൂപങ്ങളും പഴയ വിഹാരങ്ങളും ബുദ്ധപ്രതിമകളും മരങ്ങളും ഇരട്ടക്കുളവുമെല്ലാം ചേർന്ന അന്തരീക്ഷം ബോധമണ്ഡലത്തെ യുഗങ്ങൾക്ക് പിറകിലേക്ക് പറത്തിക്കൊണ്ട് പോകുന്നു.

ചരിത്രം കലങ്ങി മങ്ങിയ ഓർമകളുടെ ഇരട്ടക്കുളത്തിൽ മനസ്സ് അൽപനേരം മുങ്ങിനിവർന്നപ്പോൾ അനർഘമായ ഒരു ഉന്മേഷം അനുഭവപ്പെട്ടു.

മനുഷ്യചരിത്രം കടന്നുപോന്നിട്ടുള്ള അനന്തമായ വഴികളെ കുറിച്ച് ചിന്തിക്കുമ്പോഴാണ് വംശീയമായ സങ്കുചിതത്വങ്ങളുടെയെല്ലാം

അന്തസ്സാര ശൂന്യത ബോധ്യമാവുക.

യേശുവിനും മുന്നെ മനുഷ്യബോധത്തെ ആത്മജ്ഞാനംകൊണ്ട് നവീകരിച്ച ബുദ്ധന്റെ ദർശനങ്ങൾ മാനവചരിത്രത്തിനു നൽകിയ സംഭാവനകൾ എങ്ങനെയാണ് വിസ്മരിക്കാനാവുക.

ഇന്നും മനുഷ്യന്റെ ആത്മാന്വേഷണ തീർഥാടനങ്ങൾ ബോധിമരച്ചുവട്ടിലെ ആദിമ വെട്ടത്തിൽ എത്തിച്ചേരുന്നു.

മോഹങ്ങളുടെ അടിമകളാകരുതെന്ന ബൗദ്ധ ദർശന സാരം തന്നെയാണല്ലോ എല്ലാ മതങ്ങളുടെയും ദർശനങ്ങളുടെയും നാരായവേര്. ആ മതങ്ങളുടെയും ദർശനങ്ങളുടെയും പേരിൽ തന്നെ ചരിത്രത്തിൽ കൂട്ടക്കുരുതികൾ ഉണ്ടായി, രക്തപ്പുഴകൾ ഒഴുകി.

കൊല്ലും കൊലയും വെട്ടിപ്പിടിത്തങ്ങളും ഇന്നും അഭംഗുരം തുടരുന്നു.

മോഹങ്ങൾ ഹിംസകൾ സൃഷ്ടിച്ചുകൊണ്ടേയിരിക്കുന്നു.

ഏതാനും വർഷം മുമ്പ് വംശീയ ദുരഭിമാനം മൂത്ത് തമിഴ് തീവ്രവാദികൾ സിംഹളരോട് ഏറ്റുമുട്ടിയതും അതിലേറെ ശക്തിയോടെ സിംഹളർ തിരിച്ചടിച്ചതും അനുരാധപുരത്തെ ഈ കുറ്റൻ ബുദ്ധ പ്രതിമകളെ സാക്ഷിനിർത്തിയായിരുന്നു എന്നതാണ് ചരിത്രത്തിലെ വിചിത്രമായ ഐറണി!

കാടുകയറിയ ചിന്തകൾ വകഞ്ഞ് മാറ്റി സമയബോധം വീണ്ടെടുത്ത് ഞാൻ കൽമഞ്ചത്തിൽ നിന്ന് എഴുന്നേറ്റു. അപ്പോൾ അടുത്തുള്ള വൃക്ഷത്തലപ്പിൽ നിന്ന് ഊർന്ന് ചാടി ഒരു വാനര പുത്രൻ എന്റെ നേരെ വന്നു.

ഞാൻ ബാഗ് എടുത്ത് തോളിലിട്ട് അവനു നേരെ കയ്യോങ്ങി.

ഇളിച്ച് കാട്ടി അവൻ അപ്പുറത്തെ വാനരക്കൂട്ടത്തിലേക്ക് പിൻവാങ്ങി. ഒരു പ്ലാസ്റ്റിക് കൂടിലുള്ള അരിയും തേങ്ങാകൊത്തും മലരും താമരപ്പൂക്കളും മറ്റും സ്വന്തമാക്കാൻ കലഹിക്കുകയായിരുന്ന വാനര സേന. ശ്രീമഹാബോധിയിൽ ഭക്തന്മാർ നിവേദിച്ച ദ്രവ്യങ്ങളായിരുന്നു അത്!.

പകുതി കണ്ണു തുറന്ന് വെച്ച് ധ്യാനനിമഗ്നനായ ബുദ്ധ പ്രതിമയിലേക്ക് ഒരിക്കൽ കൂടി കണ്ണെറിഞ്ഞ് ഞാൻ കുളക്കരയിൽ നിന്ന് മടങ്ങി.

കാൻഡി

സിറ്റ് ഔട്ടും ലിവിങ് മുറിയും രണ്ടു കിടപ്പ് മുറികളും അടുക്കളയും. മുറി ബാത്ത് അറ്റാച്ച്ഡ് ആണ്.

ചൂട് വെള്ളം കിട്ടും.

പേയിങ് ഗസ്റ്റ് ആയി കുന്നിൻമുകളിലുള്ള ഈ ചെറിയ വീട്ടിൽ താമസിക്കുമ്പോൾ ഒരു ഹോംലി ഫീൽ അനുഭവിക്കാം.

വീട്ടുടമയും കുടുംബവും മുകളിലാണ് താമസിക്കുന്നത്.

താഴെ കൗണ്ടറിൽ ഇരിക്കുന്ന യുവാവാണ് ഗസ്റ്റുകളുടെ കാര്യങ്ങൾ നോക്കുന്നത്.

പ്രായംചെന്ന അച്ഛനും മിക്ക സമയവും അവിടെ ഇരിക്കുന്നത് കാണാം. കിച്ചണിൽ അത്യാവശ്യം കാപ്പി ഇടാം, ചപ്പാത്തിയൊക്കെ ഉണ്ടാക്കാം. ഓർഡർ കൊടുത്താൽ ചെറിയ തോതിൽ ഫുഡ് വീട്ടുകാർ വെച്ച് തരുകയും ചെയ്യും.

ആ രണ്ടു ദിവസങ്ങളിൽ ഞങ്ങൾ മാത്രമായിരുന്നു ഗസ്റ്റുകൾ.

കാൻഡിയിൽ ആണിപ്പോൾ ഞങ്ങളെന്ന് ഞാൻ പലപ്പോഴും മറന്നുപോകുന്നു. ഊട്ടിയുടെ ഒരു പ്രതീതിയാണ് മൊത്തം.

ചില സ്ഥലത്ത് നമ്മൾ എത്തിപ്പെട്ടാൽ അങ്ങനെയാണ്. യഥാർഥ സ്ഥലം ഏതെന്നുപോലും മറന്ന് നമ്മൾ പ്രതീതിലോകത്ത് മുങ്ങിക്കിടക്കും.

സന്ധ്യ പിന്നിട്ടിരിക്കുന്നു.

അന്തരീക്ഷത്തിൽ കോടമഞ്ഞ് പുതഞ്ഞിട്ടുണ്ട്.

കുന്നിന്റെ താഴ്വാരത്ത് വെളിച്ചപ്പൊട്ടുകളായി കാൻഡി നഗരം മിന്നുന്നത് കണ്ടിരിക്കാൻ നല്ല രസമാണ്.

അടിവാരത്ത് പൊട്ടുകളായി കാണുന്ന കെട്ടിടങ്ങളിൽ വസിക്കുന്ന

മനുഷ്യരിലൂടെ,

അവരെ അലട്ടുന്ന ചിന്തകളിലൂടെ,

അവരെ നയിക്കുന്ന സ്വപ്നങ്ങളിലൂടെ

ചരട് പൊട്ടിയ പട്ടം പോലെ മനസ്സ് പാറി നടക്കുന്നു.

താഴെനിന്ന് മുകളിലോട്ടു നോക്കുന്നതിനെക്കാൾ മുകളിൽനിന്ന് താഴോട്ടു നോക്കുമ്പോഴായിരിക്കണം ജീവിതത്തിന്റെ നിസ്സാരതയെ കുറിക്കുന്ന ജ്ഞാനപ്പാനകളെല്ലാം പിറക്കുന്നത്.

"കാഴ്ച കണ്ട് ഇരുന്നാൽ മതിയോ, അത്താഴം കഴിക്കേണ്ടെ ബോസ്?"

ചിന്താഭാരങ്ങൾകൊണ്ട് വീർത്ത ബലൂൺ ഹാരിസ് ഒരു സൂചിമുനകൊണ്ട് കുത്തിപ്പൊട്ടിച്ചു. ഫുഡിന്റെ ആശാനാണ്. കുറെ നേരമായി നെറ്റിൽ പരതാൻ തുടങ്ങിയിട്ട്. ഏതെങ്കിലും റസ്റ്റാറന്റ് കണ്ടുപിടിച്ചു എന്നുറപ്പ്.

"നമുക്ക് ഇന്ന് ഇറങ്ക ചേട്ടന്റെ ഡിന്നർ പോരെ? ഇനിയിപ്പോ കുന്ന് ഇറങ്ങണോ?"

"ഇവിടെ ബ്രഡ് ഓംലറ്റ് അല്ലെങ്കിൽ ചപ്പാത്തി. വേറെ ഒരു ചുക്കും ഇല്ല. ഞാൻ ഒരു കിടിലൻ റസ്റ്റാറന്റ് കണ്ടുപിടിച്ചു. ട്രിപ്പ് അഡ്വൈസർ ലിസ്റ്റ് ചെയ്തതാ...ഹെരിറ്റേജ് ഫുഡ്...കാൻഡിയൻ മുസ്ലിം ഹോട്ടൽ..."

ഇനി രക്ഷയില്ല. മനോഹരമായ കാഴ്ചകൾ മതിയാക്കി റൂമിലേക്ക് മടങ്ങി.

ഹാരിസ് റിസപ്ഷനിൽ പറഞ്ഞ് ഓട്ടോ ബുക്ക് ചെയ്തു.

തണുപ്പകറ്റാൻ ഷർട്ടിനുമേലെ ഒരു സ്വെറ്റർ കൂടി അണിഞ്ഞ് ഞങ്ങൾ പതുക്കെ മുറ്റത്തേക്കിറങ്ങി.

നിമിഷങ്ങൾക്കകം കുത്തനെയുള്ള കയറ്റം കയറി കട്ടപ്പിച്ച ഒരു മുരൾച്ചയോടെ ഓട്ടോ വന്നുനിന്നു.

നഗരമധ്യത്തിൽ ദലദ റോഡിൽ ടോറിങ്ടൻ പബ്ലിക് പാർക്കിനു എതിർവശത്താണ് കാൻഡിയൻ മുസ്ലിം ഹോട്ടൽ. ലോൺലി പ്ലാനറ്റും ട്രിപ്പ് അഡ്വൈസറും ഒക്കെ ശിപാർശ ചെയ്യുന്ന റസ്റ്റാറന്റ് എന്ന നിലയിൽ കാഴ്ചയിൽ ഒരു കുലീനതയൊക്കെ സ്വാഭാവികമായും

കാൻഡിയൻ മുസ്ലിം ഹോട്ടലിന് ഉണ്ടാകുമെന്ന് പ്രതീക്ഷിച്ചാണ് ഞങ്ങൾ ചെന്നത്.

എന്നാൽ ആ പ്രതീക്ഷകളെയൊക്കെ തകിടംമറിക്കുന്നതായിരുന്നു അത്.

ഒരുവിധ ഫാൻസിയുമില്ലാത്ത ടിപ്പിക്കൽ ശ്രീലങ്കൻ റസ്റ്റാറന്റ്.

പൂമുഖത്തായി ചില്ലലമാരയിൽ വ്യത്യസ്ത വിഭവങ്ങൾ പ്രദർശിപ്പിച്ചിട്ടുണ്ട്. മുൻവശത്ത് പൊറോട്ട അടിക്കുന്നതിന്റെയും മുറിക്കുന്നതിന്റെയും ശബ്ദം.

ചില്ലലമാരയിൽ ചിക്കൻ സമൂസ,

ബീഫ് ഉലത്തിയത്,

മീൻ കറി,

ചോറ്,

ബിരിയാണി തുടങ്ങിയ വിഭവങ്ങളാണ് പ്രധാനമായും ഉള്ളത്. മറുവശത്ത് അലമാരയിൽ മധുരപലഹാരങ്ങളും.

തനി നാടന്മാരായ മധ്യവയസ്കരാണ് വെയിറ്റർമാരിൽ അധികവും. പ്രത്യേക യൂനിഫോം ഒന്നുമില്ല. ഡക്കറേഷൻ ഒന്നും ഇല്ലാത്ത മേശപ്പുറത്ത് ഒരു ബോട്ടിൽ വെള്ളവും മെനുവും ഒരാൾ കൊണ്ട് വന്നുവെച്ചു.

അപ്പുറവും ഇപ്പുറവുമൊക്കെയുള്ള മേശകളിൽ വിദേശികളാണ് ഇരുന്ന് ഭക്ഷണം കഴിക്കുന്നത്.

ഞങ്ങൾ ഓരോ ബീഫ് കൊത്തും കബാബും കഴിച്ചു.

ഭക്ഷണം കഴിച്ച് പുറത്തിറങ്ങിയപ്പോൾ തണുപ്പ് കൂടിയിട്ടുണ്ട്.

റോഡിന്റെ വശത്ത് കണ്ട ഓട്ടോയെ മാടിവിളിച്ച് അതിൽ കയറി. എത്തേണ്ട സ്ഥലം പറഞ്ഞതോടെ ഓട്ടോക്കാരന്റെ മുഖത്തുനിന്ന് സന്തോഷം മാഞ്ഞുപോകുന്നത് കണ്ടു. രാത്രിനേരം കുത്തനെയുള്ള കുന്നു കയറാൻ ഓട്ടോക്കാർ മടിക്കുമെന്ന് ഇറങ്ക ചേട്ടൻ പറഞ്ഞത് കളവായിരുന്നില്ല. കുറച്ചധികം കാശ് കൊടുക്കാം എന്ന് സമ്മതിച്ച ശേഷമാണ് അവൻ വണ്ടിയെടുത്തത്.

മുക്കിമുരണ്ട് വണ്ടി വീടിന്റെ മുന്നിലെത്തിയതും ഞങ്ങൾ വേഗം മുറിയിലേക്ക് വെച്ചുപിടിച്ചു. വർത്തമാനം പറഞ്ഞു നേരം കളയാതെ പെട്ടെന്നുതന്നെ ഉറക്കിലേക്ക് ഊളിയിട്ടു.

ബുദ്ധന്റെ വിശുദ്ധ പല്ല്

ഹോം സ്റ്റേയിലെ ചെറുപ്പക്കാരനാണ് മുരുകനെ പരിചയപ്പെടുത്തിയത്.

കറുത്ത് മെലിഞ്ഞ യുവാവ്.

തമിഴും സിംഹളയും സംസാരിക്കും.

കോളിവുഡ് സിനിമകളുടെയും ഹിന്ദി പാട്ടുകളുടെയും ആരാധകൻ.

പലതരം തോരണങ്ങൾകൊണ്ട് അലങ്കരിച്ച അവന്റെ രാജകീയമായ ഓട്ടോയിലാണ് ഞങ്ങൾ കാൻഡി കാണാൻ ഇറങ്ങുന്നത്.

വയസ്സ് ഇരുപത്തി രണ്ടേ ആയുള്ളൂ. വിവാഹിതനാണ്.

"അതുകൊള്ളാമല്ലോ..ഇരുപത്തി രണ്ടാം വയസ്സിൽ കല്യാണം കഴിച്ചോ?"

ഡ്രൈവർ സീറ്റിൽ അല്പം പുറകോട്ട് ചാഞ്ഞിരുന്ന ഇടയ്ക്കിടെ ഞങ്ങളെ പാളി നോക്കി കള്ളച്ചിരിയോടെ മുരുകൻ തന്റെ കല്യാണ രഹസ്യം പറഞ്ഞു തന്നു.

"ജ്യേഷ്ടൻ മുനിയപ്പൻ ഗൾഫിൽ ജോലി ചെയ്യുകയാണ്. കല്യാണം കഴിച്ചിട്ടില്ല. വയസ്സ് ഇരുപത്തി എട്ടൊക്കെ ആയിക്കാണും. അവനെ എനിക്ക് ഓവർടെയ്ക്ക് ചെയ്യേണ്ടി വന്നു. സംഗതി പെട്ടതാണ്"

"അപ്പൊ മുരുകൻ എത്ര വരെ പഠിച്ചു?"

"പന്ത്രണ്ടാം ക്ലാസ് വരെ പോയുള്ളൂ. പാസ്പോർട്ട് എടുത്ത് ചേട്ടനെ പോലെ ഗൾഫിൽ പോയി വേല ചെയ്ത് കുറച്ച് കാശ് ഉണ്ടാക്കി മടങ്ങി വന്നു പെണ്ണ് കെട്ടാൻ ഒക്കെയായിരുന്നു പ്ലാൻ. എന്നാൽ സ്കൂൾ വിദ്യാഭാസം അവസാനിപ്പിച്ച് തേരാപാരാ നടക്കുമ്പോഴാണ് ഒരു പ്രേമത്തിൽ പെട്ടത്"

"മുരുകൻ ഗൾഫിൽ പോയി വന്ന ശേഷം പോരായിരുന്നോ കല്യാണം?"

"നടപ്പില്ല സാർ. രാജലക്ഷ്മിക്ക് പത്തൊമ്പത് പ്രായം ആയിരുന്നു. അവൾക്ക് താഴെ ഒരു പെണ്ണ് കൂടിയുണ്ട്. അതിനാൽ കാത്തിരിക്കാൻ അവളുടെ കുടുംബം ഒരുക്കമല്ലായിരുന്നു. പ്രേമമാണെങ്കിൽ അങ്ങ് കത്തിപ്പിടിക്കുകയും ചെയ്തു. അങ്ങനെ ഞങ്ങളുടെ കുടുംബങ്ങൾ ചേർന്ന് കല്യാണം അങ്ങ് ഉറപ്പിച്ചു. കല്യാണം കഴിഞ്ഞിട്ട് ഇപ്പൊ അഞ്ച് മാസമായേ ഉള്ളൂ"

കഥ തീരും മുന്നെ ഞങ്ങൾ കാൻഡി ലേക്കിന്റെ വടക്ക് വശം സ്ഥിതി ചെയ്യുന്ന ദന്ത വിഹാരത്തിൽ എത്തിക്കഴിഞ്ഞിരുന്നു.. ഓട്ടോ

പാർക്ക് ചെയ്ത് മുരുകനും ഞങ്ങളുടെ കൂടെ വന്നു.

ശ്രീലങ്കയിൽനിന്നും പുറത്തുനിന്നുമുള്ള ബുദ്ധ വിശ്വാസികളും ടൂറിസ്റ്റുകളുമായി ധാരാളം ആളുകൾ ക്ഷേത്ര സന്ദർശനത്തിന് എത്തിയിട്ടുണ്ട്.

ആരാധനാലയങ്ങളിൽ പ്രവേശിക്കാൻ പലയിടങ്ങളിൽ പല ചിട്ടവട്ടങ്ങൾ കാണുമല്ലോ.

ചിലയിടങ്ങളിൽ പാദരക്ഷ പാടില്ല.

മറ്റു ചിലയിടങ്ങളിൽ സ്ത്രീകൾ തല മറച്ചാൽ മതി.

വേറെ ചിലയിടങ്ങളിൽ പുരുഷന്മാരും തല മറയ്ക്കണം.

മറ്റു ചിലയിടങ്ങളിൽ പുരുഷന്മാർ ഷർട്ട് ധരിക്കാൻ പാടില്ല.

എന്നാൽ, ഇവിടെ ഷോൾഡറും മുട്ടിനു താഴെ കാൽ ഭാഗവും സ്ത്രീ പുരുഷ ഭേദമന്യേ മറയ്ക്കണം എന്നാണ് നിയമം.

ഇത് അറിയാതെ വരുന്ന വിദേശ ടൂറിസ്റ്റുകൾ പ്രവേശിക്കാൻ അനുമതി ലഭിക്കാതെ മടങ്ങി ഡ്രസ്സ് മാറി വരുന്നത് കണ്ടു. ദന്ത ക്ഷേത്ര ദർശനത്തിനു നിൽക്കുന്നവരുടെ നീണ്ട ക്യൂവിൽ ഞങ്ങളെ നിർത്തി മുരുകൻ പുറത്തേക്കു പോയി.

മഹാന്മാരുടെ വിശുദ്ധ ശേഷിപ്പുകൾ എല്ലാ മതവിശ്വാസങ്ങളുടെ ഭാഗമായും കാണപ്പെടുന്നുണ്ട്. യേശുവിന്റെ തിരുശേഷിപ്പുകൾ പ്രസിദ്ധമാണല്ലോ. മുഹമ്മദ് നബിയുടെ പേരിലും ഇങ്ങനെ ചില തിരുശേഷിപ്പുകൾ നിലവിലുണ്ട്. എന്നാൽ, ഏറ്റവും ഏറെ തിരുശേഷിപ്പുകൾ ബുദ്ധമതവുമായി ബന്ധപ്പെട്ടാണെന്ന് തോന്നുന്നു.

ശ്രീലങ്കക്ക് പുറമെ ഇന്ത്യ, ചൈന, ബർമ, ഉത്തര തായ്‌ലൻഡ് എന്നിവിടങ്ങളിലെ വിഹാരങ്ങളിൽ ബുദ്ധ തിരുശേഷിപ്പുകൾ പൂജിക്കപ്പെടുന്നു. രസകരമായ ഒരു വസ്തുത വിവിധ മതവിശ്വാസികൾ തിരുശേഷിപ്പുകളായി കരുതുന്ന വസ്തുക്കൾ അത് തന്നെയാണെന്ന് ഉറപ്പിച്ചു പറയാനാകില്ല എന്നതാണ്. പക്ഷേ കോടികൾ വരുമാനം തരുന്നതാണ് പല തിരുശേഷിപ്പുകളും.

അതുകൊണ്ടുതന്നെ പൗരോഹിത്യം തിരുശേഷിപ്പുകളുടെ ശാസ്ത്രീയത അന്വേഷിക്കാൻ പ്രോത്സാഹിപ്പിക്കുകയില്ല.

പല തിരുശേഷിപ്പുകളും മോഷണം പോകുക പതിവുണ്ട്. അതിനു പിന്നിലും സാമ്പത്തിക കാരണങ്ങൾ തന്നെയാണ്. ശ്രീനഗറിലെ ഹസ്രത്ബാൽ പള്ളിയിൽനിന്ന് തിരുകേശം മോഷണം പോയത് ഇന്ത്യയിൽ ഏറെ രാഷ്ട്രീയ വിവാദങ്ങൾക്ക് തിരികൊളുത്തിയിരുന്നുവല്ലോ.

കാൻഡി ദന്ത ക്ഷേത്രത്തിൽ ബുദ്ധന്റെ പല്ലാണ് സൂക്ഷിച്ചിരിക്കുന്നത്.

ബി.സി.ഇ. 483ൽ ഇന്ത്യയിലുള്ള ബുദ്ധന്റെ ചിതയിൽ നിന്നു കൊണ്ട് വന്നതാണത്രെ ഇത്. 1283ൽ ഇന്ത്യയിൽനിന്നെത്തിയ സേന അത് മടക്കികൊണ്ട് പോയി. എന്നാൽ ശ്രീലങ്കക്ക് അത് വിട്ടുകൊടുക്കാൻ കഴിയുമായിരുന്നില്ല. കാരണം വിശുദ്ധ ദന്തത്തിന്റെ സൂക്ഷിപ്പുകാർക്ക് മാത്രമേ രാജ്യഭരണത്തിന് അവകാശമുള്ളൂ എന്നായിരുന്നു പ്രമാണം.

അതിനാൽ അത് പിൽക്കാലത്ത് ശ്രീലങ്കയിലേക്ക് തന്നെ തിരികെ കൊണ്ടുവന്നു. 1687-1707 കാലത്താണ് ദന്ത ക്ഷേത്രം പണിതത്. 1747-1782 ൽ ദന്ത ക്ഷേത്രം രാജകൊട്ടാരത്തിന്റെ ഭാഗമാക്കി മാറ്റുകയും ചെയ്തു.

കുറെ നേരം വരി നിന്നാണ് വിശുദ്ധ ദന്തം പ്രദർശിപ്പിച്ച അകത്തളത്തിൽ പ്രവേശിക്കാനായത്. ആ തുറന്ന ഹാളിൽ കല്ലിലും ആനക്കൊമ്പിലും പണിത ബുദ്ധവിഗ്രഹങ്ങൾ സ്ഥാപിച്ചിട്ടുണ്ട്. ഉള്ളിൽ ചെന്ന ശേഷമാണ് മനസ്സിലായത് വിശുദ്ധ ദന്തം നമുക്ക് കാണാൻ കഴിയില്ലെന്ന്!

ദന്തം സൂക്ഷിച്ചിരിക്കുന്നു എന്ന് പറയപ്പെടുന്ന സ്വർണ ചെപ്പ് കണ്ടു മടങ്ങാനേ നിവൃത്തിയുള്ളൂ. ഭവ്യതയോടെ വിശുദ്ധ ദന്തം ദർശിക്കാൻ നിൽക്കുന്ന ബുദ്ധ ഭക്തർക്കൊപ്പം അൾത്താരയിൽ രണ്ടു മൂന്ന് മീറ്റർ അകലെ നിന്ന് ഞാൻ ആ സ്വർണ ഡഗോബ ഒരു നോക്ക് കണ്ടു.

ആനകളുടെ അനാഥാലയം

ഏഷ്യൻ രാജ്യങ്ങളിൽ ആന ടൂറിസത്തിന്റെ അവിഭാജ്യ ഘടകമാണ്. യൂറോപ്യൻ രാജ്യങ്ങളിൽ നിന്ന് ആനക്കമ്പം കൊണ്ട് മാത്രം ഏഷ്യൻ രാജ്യങ്ങളിലേക്ക് വിനോദ സഞ്ചാരം നടത്തുന്നവർ അനവധിയുണ്ട്. മതങ്ങളും ആഘോഷങ്ങളുമായി ബന്ധപ്പെട്ടുള്ള ഗജമേളകളും ടൂറിസത്തെ പോഷിപ്പിക്കുന്നു. കേരളത്തിൽ എത്തുന്ന വിദേശ ടൂറിസ്റ്റുകൾ ഗുരുവായൂർ ക്ഷേത്രത്തിലെ ആനപ്പന്തിയോ വയനാട്ടിലെ മുത്തങ്ങ ആന വളർത്തൽ കേന്ദ്രമോ സന്ദർശിച്ചിരിക്കും. തൃശ്ശൂർപൂരം കാണാൻ വരുന്ന ടൂറിസ്റ്റുകളെയും ആഘർഷിക്കുന്ന പ്രധാന ഘടകം ആനച്ചന്തങ്ങൾ ആണല്ലോ.

ഒരു ശരാശരി മലയാളി സഞ്ചാരിയെ സംബന്ധിച്ച് ആന ഒരു കൗതുക ജീവി അല്ല.

കേരളത്തിലെ ആനപ്പന്തികളും കർണാടകയിലെ കുടക് ജില്ലയിൽ ദുബാരെ ആന ക്യാമ്പും മാത്രമല്ല എലിഫന്റ് ഷോയിൽ ലോകത്ത് തന്നെ കേളി കേട്ട തായ്‌ലൻഡിലെ ചിയാങ്മയി ആന സങ്കേതവും മുമ്പ് കണ്ടിട്ടുള്ളതുകൊണ്ട് ശ്രീലങ്കയിൽ ഒരു ആനത്താവളം കാണുക എന്നത് എന്റെ പദ്ധതിയിൽ ഉണ്ടായിരുന്നില്ല.

എന്നാൽ കാൻഡി എലിഫന്റ് ഓർഫനേജ് കാണണം എന്ന് മുരുകൻ നിർബന്ധിച്ചു.

കാൻഡി ജില്ലയിലെ പിന്നവാല ഗ്രാമത്തിലാണ് ആനകളുടെ അനാഥാലയം സ്ഥിതിചെയ്യുന്നത്. നഗരത്തിൽ നിന്ന് ആ ഗ്രാമത്തിലേക്കുള്ള യാത്ര മനോഹരമായ അനുഭവമാണ്.

മഴ ചിണുങ്ങനെ പെയ്യുന്നുണ്ടായിരുന്നു.

ഓട്ടോയിൽ ഫുൾ വോള്യത്തിൽ തന്റെ ഹിന്ദി ഇഷ്ടഗാനങ്ങൾ തുറന്നുവെച്ച് ഞങ്ങളെ സന്തോഷിപ്പിക്കാൻ മുരുകൻ ശ്രമിക്കുന്നുണ്ട്.

പാട്ടിന്റെ താളത്തിൽ ചാഞ്ഞും ചരിഞ്ഞും മുരുകൻ സാമാന്യം വേഗത്തിൽ ഓട്ടോ പായിച്ചു.

റോഡിന്റെ ഇരുവശങ്ങളിലും ടൂറിസ്റ്റുകളെ ഉദ്ദേശിച്ചുള്ള പല ഷോപ്പുകളുമുണ്ട്.

അത്തരം ഷോപ്പുകൾക്ക് അരികെ എത്തുമ്പോൾ അവൻ ഓട്ടോ സ്പീഡ് കുറക്കും.

ഞങ്ങൾക്കാകട്ടെ അതിലൊന്നും വലിയ കൗതുകം തോന്നിയില്ല.

മില്ലേനിയം എലിഫന്റ് ഫൗണ്ടേഷൻ എന്ന ഒരു സ്ഥാപനത്തിന്റെ സമീപത്ത് ഓട്ടോ പാർക്ക് ചെയ്തു. മുരുകൻ പറഞ്ഞത് ഇത് ഒരു ടൂറിസ്റ്റ് സന്റെർ ആണെന്നാണ്. എന്താണ് സംഭവം എന്നറിയാമല്ലോ എന്നോർത്ത് ഞാൻ ഇറങ്ങി നോക്കി.

ഏക്കർകണക്കിന് സ്ഥലത്ത് പരന്നു കിടക്കുന്ന ഒരു ആന വളർത്തുകേന്ദ്രമായിരുന്നു അത്. വേണമെങ്കിൽ ഒരു ആന ആശ്രമം എന്ന് പറയാം. കേന്ദ്രത്തിന്റെ ഫ്രണ്ട്ഓഫീസിൽ ഒന്നു രണ്ടു സ്ത്രീകൾ ഇരിക്കുന്നുണ്ട്. ഞാൻ അങ്ങോട്ട് കടന്നുചെന്ന് മില്ലേനിയം എലിഫന്റ് ഫൗണ്ടേഷനെ കുറിച്ച് അന്വേഷിച്ചു.

സാം സമരസിംഗെ എന്ന് പേരുള്ള ധനികനായ ഒരു ആനക്കമ്പക്കാരൻ ശ്രീലങ്കയിലെ ആനകളുടെ ക്ഷേമത്തിന് വേണ്ടി 1999ൽ സ്ഥാപിച്ച എൻ.ജി.ഒ ആണ് മില്ലേനിയം എലിഫന്റ് ഫൗണ്ടേഷൻ. ഒരു ക്ലബ് ആയിട്ടാണ് സ്ഥാപനം വിഭാവനം ചെയ്യപ്പെട്ടിട്ടുള്ളത്.

ആനകളെ കാണാനും കുളിപ്പിക്കാനും ഭക്ഷണം കൊടുക്കാനും ആനസവാരി നടത്താനും ടൂറിസ്റ്റുകൾക്ക് അവസരം നൽകുന്നുണ്ടിവിടെ. അതിനു ഫീസും ഈടാക്കുന്നുണ്ട്. എന്നാൽ ഫൗണ്ടേഷൻ പ്രവർത്തകൻ പറയുന്നത് പ്രകാരം, ടൂറിസ്റ്റുകളിൽ നിന്ന് കിട്ടുന്ന വരുമാനം ഇവിടെയുള്ള ആനകൾക്ക് ഭക്ഷണം നൽകാനും പരിചരിക്കാനും ഉപയോഗിക്കുന്നു.

ആനകളെ ദത്തെടുത്ത് വളർത്താനുള്ള സൗകര്യവും ഫൗണ്ടേഷൻ ഒരുക്കുന്നുണ്ട്. രാജ്യത്ത് എവിടെയെങ്കിലും ആനകൾ അപകടത്തിൽ പെടുകയോ രോഗം പിടിപെടുകയോ ചെയ്താൽ മില്ലേനിയം ഫൗണ്ടേഷൻ സൗജന്യ സഹായം എത്തിക്കും.

ഓഫീസിൽ ഞങ്ങൾ സംസാരിച്ചുകൊണ്ടിരിക്കെ ഒരു വെള്ളക്കാരി പെൺകുട്ടി അങ്ങോട്ട് കടന്നുവന്ന് ഞങ്ങളോട് ഹായ് പറഞ്ഞു.

ഞാൻ പ്രത്യഭിവാദ്യം ചെയ്തു.

അവൾ ഒരു ടൂറിസ്റ്റ് ആയിരിക്കുമെന്നാണ് കരുതിയത്.

അല്ല, എലിഫന്റ് ഫൗണ്ടേഷനിൽ ഒരു മുഴുസമയ വളന്റിയർ ആയിരുന്നു അവൾ.

മരിയാന പാർദോ കൊളംബിയക്കാരിയാണ്.

ആനക്കമ്പം കയറിയ മരിയാന ആനകളെ സേവിക്കാൻ വേണ്ടി ഒരു വളന്റിയർ പ്രോഗ്രാമിന് വന്നതാണ്. മരിയാനയോട് സംസാരിച്ചപ്പോഴാണ് എലിഫന്റ് ഫൗണ്ടേഷന്റെ വളന്റിയർ പ്രോഗ്രാമിനെക്കുറിച്ച് കൂടുതൽ അറിയാനായത്.

ആനയോട് പ്രിയമുള്ളവരും സാഹസികതയിൽ താൽപര്യമുള്ളവരും വെറ്ററനറി പഠനത്തിന്റെ ഭാഗമായി ആന ചികിത്സയിൽ സ്പെഷലൈസേഷൻ ചെയ്യുന്നവരും മറ്റുമാണ് ഇവിടെ വളന്റിയർ സേവനത്തിന് എത്തുന്നത്.

വെറും സേവനവുമല്ല, ഫീസ് കൊടുത്തു കൊണ്ടുള്ള സേവനം!

ഒരാഴ്ച മുതൽ ഒരു വർഷം വരെയുള്ള വളന്റിയറിങ് പ്രോഗ്രാമിന് നിശ്ചിത ഫീസ് ഉണ്ട്.

കൊളംബിയക്കു പുറമേ, കാനഡ, യു.കെ, യു.എസ്.എ, ന്യൂസിലൻഡ്, ഫിൻലൻഡ് തുടങ്ങിയ രാജ്യങ്ങളിൽനിന്നൊക്കെ വളന്റിയർമാർ വരുന്നുണ്ട്.

ഏതാനും ദിവസങ്ങൾ നിന്ന് പോകുന്നവരും മാസങ്ങൾ ഇവിടെ തങ്ങുന്നവരും കൂട്ടത്തിലുണ്ട്.

ആറ് ആനകളാണ് ഇവിടെയുള്ളത്.

മാഹോട്ട് എന്ന് വിളിക്കപ്പെടുന്ന പരമ്പരാഗത പാപ്പാന്മാരാണ് വളന്റിയർമാരുടെ ഗൈഡ്. ആനയെ കുളിപ്പിക്കൽ, ഭക്ഷണം നൽകൽ, ആനകളെ മെരുക്കൽ, ചികിത്സിക്കൽ, സവാരി ശീലിപ്പിക്കൽ എന്നിങ്ങനെ പലതരം ആന ശുശ്രൂഷകളാണ് വളന്റിയർമാരുടെ ജോലി.

ഒന്നര മാസത്തോളമായി ആനകൾക്കൊപ്പം കഴിയുന്ന മരിയാന വളരെ ഹാപ്പിയാണ്.

ആനകളുടെ ചിന്നംവിളി കേട്ട് ഉണർന്ന്,

ആനകളെ താലോലിച്ച്,

ആനകളുടെ തുമ്പിക്കൈയിൽ മുത്തംകൊടുത്ത്,

ആനകളോട് ശൃംഗരിച്ച്

കഴിഞ്ഞുകൂടുന്ന തന്റെ കൂട്ടുകാരികളും ഹാപ്പി ആണെന്നു മരിയാന പറയുന്നു.

മനുഷ്യരെക്കാൾ എളുപ്പം കൂട്ട് കൂടുന്ന ഈ കാട്ടുമൃഗങ്ങൾക്കൊപ്പമുള്ള അനുഭവം അവിസ്മരണീയമാണെന്നു പറഞ്ഞ് കണ്ണുകൾ വിടർത്തി മരിയാന ചിരിക്കുന്നു!. മനുഷ്യൻ ആനന്ദം കണ്ടെത്തുന്ന വഴികളെ കുറിച്ച് ചിന്തിച്ച് ശരിക്കും അന്തംവിട്ടു പോയി ഞാൻ!. ആനസേവനം എന്ന പേരിൽ ആണെങ്കിലും ടൂറിസത്തിന്റെ പുതിയ പരീക്ഷണങ്ങൾ തന്നെയാണിത് എന്ന് നമ്മൾ മനസ്സിൽ വെച്ച് കൊള്ളണം.

മുരുകൻ ധിറുതിവെച്ചപ്പോൾ ഞാൻ വണ്ടിയിൽ കയറിയിരുന്നു.

ഇനി അധികം ഓടാനില്ല.

മിനിറ്റുകൾക്കകം ഞങ്ങൾ എലിഫന്റ് ഓർഫനേജിൽ എത്തിച്ചേർന്നു.

സാധാരണ ടൂറിസ്റ്റ് കേന്ദ്രങ്ങളുടെ എല്ലാ ചേരുവകളും ഇവിടെ കാണാം. വിശാലമായ പാർക്കിങ് ഏരിയയിൽ ടൂറിസ്റ്റ് ബസുകൾ കിടക്കുന്നു. സുവനീറുകൾ വിൽക്കുന്ന കച്ചവടക്കാർ പിറകെ വരുന്നു. വിദേശ ടൂറിസ്റ്റുകൾ കാമറയും പിടിച്ച് അവിടവിടെ നടക്കുന്നു. ടിക്കറ്റ് കൗണ്ടറിനു അടുത്തായി കോഫീ ഷോപ്പുകളും ലഘുഭക്ഷണ ശാലകളുമുണ്ട്.

ഞങ്ങൾ എത്തുമ്പോഴേക്കും ആനകളെ കുളിപ്പിക്കാൻ ഇറക്കുകയായിരുന്നു.

എലിഫന്റ് ഓർഫനേജിന്റെ എതിർവശത്തുള്ള ഓയ നദിയിൽ കൊണ്ട് പോയാണ് ആനയെ കുളിപ്പിക്കുന്നത്. റോഡ് മുറിച്ചുകടന്നു വേണം ആനകളെയും കൊണ്ടുപോകാൻ.

“സർ, എലിഫന്റ് ബാത്ത് കാണണമെങ്കിൽ ടിക്കറ്റ് എടുക്കണം. കുളി കഴിഞ്ഞേ ഇനി ആനകളെ തിരികെ കൊണ്ട് വരൂ. ഉള്ളിൽ കയറണം എന്നുണ്ടോ?”

മുരുകൻ ചോദിച്ചു.

“ഓർഫനേജിൽ എന്താണ് കാണാനുള്ളത്? കൂടുതൽ സമയം എടുക്കുമോ?”

“കാര്യമായി ആനകളെ തന്നെയാണ് കാണാനുള്ളത് സാർ. എലിഫന്റ് ബാത്ത് ആണ് സന്ദർശകരെ ആകർഷിക്കുന്ന പ്രധാന ഇനം. ആനപ്പുറത്ത് കയറാം, ആനസവാരി ചെയ്യാം, ആനക്ക് ആഹാരം കൊടുക്കാം. ആനയോട് ചാരിനിന്ന് പടമെടുക്കാം.

ഇതിലൊന്നും താൽപര്യമില്ലെങ്കിൽ നമുക്ക് ആനകളെ കണ്ടു മടങ്ങാം. സമയം ലാഭിക്കുകയും ചെയ്യാം."

"മുരുകൻ, നമുക്ക് ഇവിടെ അധികസമയം ഇല്ല. ഞങ്ങൾക്കാണെങ്കിൽ ആനസവാരിയിൽ താൽപര്യവും ഇല്ല. കുറച്ച് നേരം ഇവിടെ നിന്ന് മടങ്ങാം. നമുക്ക് ഉള്ളിൽ കയറേണ്ട."

"ശരി, സാർ."

അത് പറഞ്ഞു തീരും മുന്നേ ആനകളെ ഗേറ്റ് കടത്തി വരിവരിയായി എഴുന്നള്ളിക്കുകയായിരുന്നു.

പാപ്പാന്മാരുടെ ബഹളം.

വികൃതികളായ കുട്ടിക്കുറുമ്പന്മാർ തുമ്പിക്കൈ ചുഴറ്റി തലങ്ങും വിലങ്ങും ഓടുന്നു.

വിദേശികൾ വശങ്ങളിൽ മാറി നിന്ന് ആ ദൃശ്യങ്ങൾ വിഡിയോയിൽ പകർത്തുന്നു.

ആനകളുടെ ഈ റൂട്ട് മാർച്ച് രസകരമാണ്.

റോഡുകൾ ബ്ലോക്ക് ചെയ്താണ് ആനകളെ പുഴയിലേക്ക് കൊണ്ടുപോകുന്നത്.

80 ചെറുതും വലുതുമായ ആനകളാണ് ഇപ്പോൾ ഈ അനാഥാലയത്തിൽ അന്തേവാസികളായുള്ളത്.

48 പാപ്പാന്മാരും.

25 ഏക്കർ തെങ്ങിൻതോപ്പിലാണ് ആനകളുടെ ഈ അനാഥാലയം. ശ്രീലങ്കൻ വന്യജീവി സംരക്ഷണ വകുപ്പിന്റെ കീഴിൽ 1975 ലാണ് ഈ സ്ഥാപനം ആരംഭിക്കുന്നത്. വിൽപ്പാട്ട് നാഷനൽ പാർക്കിലാണ് ഇതാരംഭിച്ചത്.

ഘോര വനങ്ങളിൽനിന്ന് കണ്ടുകിട്ടുന്ന ആനക്കുട്ടികളെ സംരക്ഷിച്ച് വളർത്താൻ വേണ്ടിയാണ് എലിഫന്റ് ഓർഫനേജ് എന്ന ആശയം രൂപം കൊണ്ടത്. വാസ്തവത്തിൽ ഇന്നത് സ്ഥാപിത ലക്ഷ്യത്തിൽ നിന്ന് മാറി ടൂറിസ്റ്റുകളെ പിഴിയുന്ന പക്കാ ബിസിനസ് ആണെന്ന് പറയാതെ വയ്യ.

കാട്ടിൽ കഴിയേണ്ട ആനകളെ അവയുടെ സ്വാഭാവിക ആവാസവ്യവസ്ഥയിൽ നിന്ന് പിടിച്ചു കൊണ്ട് വന്ന നാട്ടിലെ തെങ്ങിൻതോപ്പിൽ വളർത്തുന്നതിൽ ആനകളോടുള്ള സ്നേഹമല്ലെന്ന് ഊഹിക്കാമല്ലോ.

അക്കണക്കിന് നമ്മുടെ മുത്തങ്ങ തന്നെയാണ് കുറെക്കൂടി മെച്ചമെന്ന് തോന്നി.

ആനജാഥ പോയിക്കഴിഞ്ഞ ശേഷം ഞങ്ങൾ സമീപത്തെ ഷോപ്പുകളിലും മറ്റും ചുറ്റിക്കറങ്ങി.

അതിനിടെ അടച്ചിട്ട ഒരു കടയുടെ വരാന്തയിൽ ഒരു തെരുവ് ചിത്രകാരൻ തന്റെചിത്രങ്ങൾ പ്രദർശിപ്പിച്ച് വിൽക്കുന്നതുകണ്ടു.

ജലച്ചായ ചിത്രങ്ങളുടെയും ഓയിൽ പെയിന്റിംങ്ങിന്റെയും വലിയ ഒരു ശേഖരം തന്നെയുണ്ട്.

എനിക്ക് ഏറെ ഇഷ്ടപ്പെട്ടത് ആനച്ചിത്രങ്ങളാണ്.

ആനകളുടെ വിവിധ ശരീരഭാഗങ്ങളെ സൂക്ഷ്മമായി പിന്തുടരുന്ന ചിത്രങ്ങൾ.

അതിൽ ബ്ലാക്ക് ആൻഡ് വൈറ്റിൽ പരുക്കൻ പ്രതലത്തിൽ ചെയ്ത ഒരു തുമ്പിക്കൈ പെയിന്റിങ് മനസ്സിൽ നിന്ന് മായുന്നില്ല.

കടും നിറങ്ങളിലുള്ള ലാൻഡ്സ്കേപ്പുകളും ശ്രീലങ്കൻ ഫോക്ക് ചിത്രങ്ങളും മോഡേൺ ചിത്രങ്ങളും ആ ശേഖരത്തിലുണ്ട്.

അജയ് രാജപക്സേ എന്നാണ് ആ ചിത്രകാരന്റെ പേര്. കേവലം ഉപജീവനം എന്നതിലുപരി ചിത്രകലയെ ഹൃദയത്തിൽവെച്ച കലാകാരനാണ് പക്സേ. ശ്രീലങ്കൻ ചിത്രകലയെ കുറിച്ച് നല്ല ധാരണ ഉള്ള കക്ഷിയാണെന്ന് അൽപനേരത്തെ സംസാരം കൊണ്ട് തന്നെ ബോധ്യമായി.

സിംഹള-തമിഴ് സംസ്കാരങ്ങളുമായി ബന്ധപ്പെട്ടാണ് ശ്രീലങ്കൻ ചിത്രകലയുടെ ചരിത്രം ആരംഭിക്കുന്നത്. ശ്രീലങ്കയിൽ ഉടനീളം പ്രാചീനമായ ബുദ്ധവിഹാരങ്ങളിൽ കല്ലിലും ലോഹങ്ങളിലും നിർമിച്ച ബുദ്ധവിഗ്രഹങ്ങൾ കാണാം.

സിഗിരിയ, അനുരാധപുര, കാൻഡി എന്നിവിടങ്ങളിൽ പ്രാചീനമായ ചുവർചിത്രങ്ങളും ശിൽപങ്ങളും ഉണ്ട്. ശ്രീലങ്കൻ ചിത്രകലക്ക് പൗരാണികമായ ഒരു ഗരിമ ഉണ്ടായത് അവയുടെ സ്വാധീനം കൊണ്ടാണെന്ന് രാജപക്സെ പറയുന്നു.

ബൗദ്ധ മതബിംബങ്ങളും തമിഴ്, ഹൈന്ദവ മിത്തുകളുമാണ് ശ്രീലങ്കൻ ചിത്രകലയുടെ ആത്മാവ്. സിംഹള രാജാക്കന്മാർ, കൊട്ടാരങ്ങൾ, ആഘോഷങ്ങൾ, പുരാവൃത്തങ്ങൾ, ജീവിതരീതി, സംസ്കാരം തുടങ്ങിയ വൈവിധ്യമാർന്ന പ്രമേയങ്ങൾ ശ്രീലങ്കൻ ചിത്രകലയുടെ മൗലികതയാണ്.

രാജപക്സെയുടെ ശ്രദ്ധേയമായി തോന്നിയ ഒരു ചിത്രം, 'തിരിഞ്ഞു നടക്കുന്ന ബുദ്ധ സന്ന്യാസി'യാണ്.

ആ ചിത്രം ഞാൻ സ്വന്തമാക്കി.

കട്ടം മഞ്ഞ പശ്ചാത്തലത്തിൽ പിങ്ക് നിറത്തിലുള്ള തുണി പുതച്ച ഭിക്ഷുവിന്റെ പിറകുവശം മാത്രമേ ചിത്രത്തിൽ എടുത്തുകാട്ടുന്നുള്ളൂ. ആ ചിത്രം ഒരുപാട് അർഥ കൽപനകൾ ഉൾക്കൊള്ളുന്ന സൃഷ്ടിയായി തോന്നി.

ഇഷ്ടമുള്ള ചിത്രങ്ങളുടെ ഫോട്ടോ എടുത്തുകൊള്ളാൻ രാജപക്സെ അനുവാദം തന്നു.

ചിത്രകാരന്റെകൂടെ നിന്ന് ഒരു പടം എടുത്ത ശേഷമാണ് ഞങ്ങൾ മടങ്ങിയത്.

ഒരു പറ്റിപ്പിന്റെ കഥ

ചിത്ര പ്രദർശനം കണ്ടു മടങ്ങുമ്പോൾ ഒരാൾ ഞങ്ങളുടെ അടുത്ത് വന്നു പരിചയപ്പെട്ടു. കുശലം ചോദിച്ച കൊണ്ട് അയാൾ പറഞ്ഞു:

സഞ്ചാരികളെ പറ്റിക്കാൻ പല പരിപാടികളും ഇവിടെ ഒക്കെയു ണ്ട്. ശരിക്കും ശ്രദ്ധിച്ചില്ലെങ്കിൽ ആരും വഞ്ചിക്കപ്പെടും. സർക്കാരും ടൂറിസം വകുപ്പും അംഗീകരിച്ച കേന്ദ്രങ്ങളിൽ മാത്രം സന്ദർശിച്ചാൽ പ്രശ്നമില്ല.

അയാൾ മുരുകന് നേരെ തിരിഞ്ഞു കൊണ്ട് പറഞ്ഞു, സമയമു ണ്ടെങ്കിൽ ഇവരെ സ്പൈസസ് ഗാർഡൻ കാണിച്ചു കൊടുക്കൂ. അവിടെ പ്രവേശനം സൗജന്യമാണ്. ശ്രീലങ്കൻ സ്പൈസസ് ബോഡിന്റെയും ആയുർവേദ വിഭാഗത്തിന്റെയും കീഴിൽ പ്രവർത്തിക്കുന്ന ഔഷധോ ദ്യാനമാണ്.

ഞങ്ങൾ വേണമെന്നോ വേണ്ടെന്നോ മറുപടി പറഞ്ഞില്ല.

ബോട്ടാണിക്കൽ ഗാർഡനിലേക്കുള്ള വഴിയിലാണ് സുരതുര സ്പൈസസ് ഗാർഡൻ.

ഏതാനും ഹെക്ടർ സ്ഥലത്തുള്ള ഒരു ഔഷധ ഉദ്യാനമാണത്.

അതിന്റെ മുന്നിൽ എത്തിയപ്പോൾ മുരുകൻ ഓട്ടോ നിർത്തി.

ഉടനെ ഒരു യുവാവ് ഞങ്ങളുടെ അടുത്ത് എത്തി. ഞങ്ങളെ സ്വാഗതം ചെയ്തു. ഇംഗ്ലീഷിൽ ആണ് സംസാരം. അയാൾ ഒരു ആയുർവേദ ഡോക്ടർ ആണെന്ന് പറഞ്ഞാണ് പരിചയപ്പെടുത്തി യത്.

ഗവൺമെന്റിന്റെ കീഴിൽ പ്രവർത്തിക്കുന്ന ഈ ഉദ്യാനത്തിൽ ഔഷധച്ചെടികളെ കുറിച്ചുള്ള ഡെമോൻസ്ട്രേഷൻ ഉണ്ടെന്നും തികച്ചും സൗജന്യമാണെന്നും ഡോക്ടർ ധരിപ്പിച്ചു. എങ്കിൽ ഒരു ഓട്ടപ്രദ ക്ഷിണം നടത്തിക്കളയാം എന്ന് ഞങ്ങൾക്ക് തോന്നി.

അങ്ങനെ ഞങ്ങൾ ഡോക്ടർക്ക് പിന്നാലെ നടന്നു.

എന്ട്രൻസിൽ തന്നെ ഒരു ഫാർമസി ഉണ്ട്.

ആയുർവേദ മരുന്നുകളുടെ പ്രദർശനവും വില്പനയും.

അത് കഴിഞ്ഞു ചെറിയ ഒരു റസ്റ്ററന്റ്.

പിന്നീട് ഉദ്യാനം.

ഉദ്യാനത്തിലെത്തിയ ഡോക്ടർ ഞങ്ങളെ വിവിധ ഔഷധ സസ്യങ്ങൾ പരിചയപ്പെടുത്തി. ചെടികളുടെ ശാസ്ത്രീയ നാമവും ആയുർവേദത്തിൽ അതിന്റെ പ്രസക്തിയും വിവിധ രോഗങ്ങൾക്ക് അത് ഉപയോഗിച്ചുള്ള മരുന്നുകളും വിശദീകരിച്ചു തന്നു.

മരുന്നുകൾ ഇവിടെ തന്നെ ഉണ്ടാക്കുന്നവ ആണെന്ന് ഡോക്ടർ പറഞ്ഞു.

അതിനിടെ രണ്ടു പേർ ഞങ്ങൾക്ക് കുടിക്കാൻ പാനീയവുമായി വന്നു. ഔഷധ വീര്യമുള്ള സർബത്ത് ആയിരുന്നു അത്. നിർബന്ധിച്ചപ്പോൾ ഞങ്ങൾ അത് വാങ്ങി കുടിച്ചു.

ഡെമോൻസ്ട്രേഷൻ പുരോഗമിച്ചു കൊണ്ടിരുന്നു.

ശരീരത്തിലെ രോമങ്ങൾ നീക്കം ചെയ്യുന്ന ക്രീം, മുടി കിളിർക്കുന്ന ക്രീം തുടങ്ങി ധാരാളം മരുന്നുകൾ പരിചയപ്പെടുത്തി. ചിലത് പ്രയോഗിച്ചു പൊടുന്നനെ ഫലമുണ്ടെന്നു ബോധ്യപ്പെടുത്തുന്നുമുണ്ട്.

കറങ്ങി തിരിഞ്ഞു ഞങ്ങൾ ഒരു മസ്സാജ് പാർലറിൽ ആണെത്തിയത്. അവിടെ ഏതാനും യുവാക്കൾ വെള്ള യൂണിഫോം അണിഞ്ഞു പുഞ്ചിരിച്ചു നോണ്ട് നിൽക്കുന്നു.

അവർ മെഡിക്കൽ വിദ്യാർഥികൾ ആണെന്ന് ഡോക്ടർ പരിചയപ്പെടുത്തി.

ഡെമോൻസ്ട്രേഷന്റെ ഭാഗമായി ഒരു സൗജന്യ മസാജ് ഡോക്ടർ ഓഫർ ചെയ്തു.

ഞങ്ങൾ താല്പര്യമില്ലെന്ന് പറഞ്ഞു.

നല്ല എക്സ്പീരിയൻസ് ആകുമെന്നും ശരീരത്തിന് നല്ല കുളിർമ ഉണ്ടാകാൻ ഈ നാച്വറൽ മസാജ് ഉപകരിക്കും എന്നും ഡോക്ടർ വിശദീകരിച്ചു.

തന്റെ വശ്യമായ സംസാരത്തിലൂടെ ഇതിനകം ഡോക്ടർ ഞങ്ങളുടെ വിശ്വാസം നേടിയതുകൊണ്ട് അദ്ദേഹത്തിന്റെ നിർബന്ധപൂർവമായ ക്ഷണം നിഷേധിക്കാൻ തോന്നിയില്ല.

പതിനഞ്ച് മിനിറ്റ് അല്ലേ, നോക്കി കളയാം എന്ന് തീരുമാനിച്ചു ഷർട്ട് ഒക്കെ അഴിച്ച് ഞങ്ങൾ മസാജിനു ഇരുന്നു കൊടുത്തു.

ആ യുവാക്കൾ ചില ആയുർവേദ ക്രീമുകളും സുഗന്ധ തൈലവും ചേർത്ത് അസ്സലായി ദേഹത്ത് തിരുമ്മിയപ്പോൾ നല്ല സുഖവും തോന്നി.

എല്ലാം കഴിഞ്ഞു പുറത്തിറങ്ങാൻ നോക്കിയപ്പോൾ ഡോക്ടർ ഞങ്ങളെ ഫാർമസിയിലേക്ക് കൊണ്ട് പോയി. ഫാർമസിയിലെ പല തരം ഹെർബൽ മരുന്നുകൾ പരിചയപ്പെടുത്തി.

എല്ലാത്തിനും തൊട്ടാൽ പൊള്ളുന്ന വില.

വില ഓവർ ആണല്ലോ എന്നു ചോദിച്ചപ്പോൾ ഇത് യാതൊരു കൃത്രിമവും ഇല്ലാതെ ഇവിടെ ഉണ്ടാക്കുന്നതാണെന്നും ഷോപ്പുകളിൽ കിട്ടില്ലെന്നുമായിരുന്നു അവരുടെ മറുപടി.

എന്തെങ്കിലും വാങ്ങിയില്ലെങ്കിൽ മോശമല്ലേ എന്നു തോന്നി.

ചുരുക്കി പറഞ്ഞാൽ രണ്ടു മൂവ്വായിരം രൂപയുടെ മരുന്നുകൾ അവർ ഞങ്ങളെ പിടിപ്പിച്ചു.

പിന്നീടാണ് മസ്സാജ് ചെയ്ത വിദ്യാർഥികൾ അടുത്ത് വന്നത്.

സ്വകാര്യമായി ഡോക്ടർ പറഞ്ഞു.

ഈ കുട്ടികൾക്ക് എന്തെങ്കിലും ടിപ്പ് കൊടുക്കണം.

നെഞ്ചിലൂടെ കൊള്ളിമീൻ പാഞ്ഞു. മരുന്ന് വാങ്ങിയതിന്റെ ബാക്കി തുക കുട്ടികൾക്ക് കൊടുത്തോട്ടെ എന്ന് സമ്മതം ചോദിച്ചു അദ്ദേഹം അത് വിദ്യാർഥികൾക്ക് വീതം വെച്ചു.

താങ്ക്യൂ, വീണ്ടും വരണം എന്ന് കൈകുലുക്കി ഡോക്ടർ ഞങ്ങളെ യാത്രയാക്കി.

ഓട്ടോയിൽ കയറി ഇരുന്നു വളിച്ച ചിരിയോടെ ഞാനും ഹാരിസും പരസ്പരം നോക്കി. മുരുകൻ ഊറിച്ചിരിച്ചോ എന്തോ!.

എത്ര സമർത്ഥമായാണ് തങ്ങൾ പറ്റിക്കപ്പെട്ടത് എന്ന് അപ്പോഴാണ് ശരിക്കും ഞങ്ങൾക്ക് ബോധ്യമായത്!

ബൊട്ടാണിക്കൽ ഗാർഡനും ടീ ഫാക്ടറിയും

ഊട്ടിയിൽ എന്ന പോലെ കാൻഡിയിലും വിശാലമായ ഒരു ബൊട്ടാണിക്കൽ ഗാർഡൻ ഉണ്ട്. പരദേനിയ ബൊട്ടാണിക്കൽ ഗാർഡൻ എന്നറിയപ്പെടുന്ന ഈ ഉദ്യാനം മുമ്പ് റോയൽ ബൊട്ടാണിക്കൽ ഗാർഡൻ എന്നാണ് അറിയപ്പെട്ടിരുന്നത്.

കാൻഡി രാജകുടുംബത്തിനു മാത്രമേ അവിടെ പ്രവേശനം അനുവദിക്കപ്പെട്ടിരുന്നുള്ളൂ. ശ്രീലങ്കയിലെ ഏറ്റവും നീളം കൂടിയ

നദിയായ മഹാവേലിയുടെ സമീപത്തായാണ് 147 ഏക്കർ സ്ഥലത്ത് ഈ പാർക്ക് സ്ഥിതിചെയ്യുന്നത്. നാലായിരത്തോളം വർഗങ്ങളിൽ പെട്ട വൃക്ഷങ്ങൾ ഈ ഗാർഡനിൽ ഉണ്ട്. പരദേനിയ ഗാർഡന്റെ ഏറ്റവും പ്രധാന സവിശേഷത മുന്നൂറോളം സ്പീഷീസിൽ പെട്ട ഓർക്കിഡുകളാണ്.

വ്യത്യസ്ത രൂപങ്ങളിലും വർണങ്ങളിലുമുള്ള ഓർക്കിഡുകളുടെ ചിത്രങ്ങൾ പകർത്താനാണ് ഞാൻ കൂടുതൽ സമയം ചെലവിട്ടത്. വിശാലമായ ഗ്രീനറി ലാൻഡ്സ്കേപ്പ് നമ്മുടെ മനം കവരുകതന്നെ ചെയ്യും.

പച്ച വിരിപ്പിട്ട ഉദ്യാന നിലത്ത് ആകാശം നോക്കി കുറെ കിടന്നു.

മുരുകൻ പല പോസിൽ ഞങ്ങളുടെ പടങ്ങൾ എടുത്തുതന്നു.

നദിക്കരയിൽ നിരനിരയായി പിടിപ്പിച്ച പാം മരങ്ങൾക്കിടയിലൂടെ എത്ര നടന്നാലും കൊതി തീരില്ല.

നദിക്കരയിലെ മുളങ്കാട്ടിൽ അപൂർവ ഇനത്തിൽ പെട്ട പക്ഷികൾ പാടുന്നത് കേൾക്കാം.

ഇത്രയധികം കാനൻബാൾ മരങ്ങൾ ഞാൻ ആദ്യമായി കാണുകയാണ്.

ഇവിടെയുള്ള ആദ്യ കാനൻബാൾ ട്രീ 1901ൽ ബ്രിട്ടീഷ് രാജാവായ ജോർജ് അഞ്ചാമനും ഭാര്യ മേരി രാജ്ഞിയും ചേർന്ന് നട്ടതാണത്രെ. രണ്ടാം ലോകയുദ്ധ കാലത്ത് സൗത് ഏഷ്യൻ കമാൻഡിന്റെ ഹെഡ് ക്വാർട്ടേഴ്സ് ആയി മൗണ്ട് ബാറ്റൺ പ്രഭു ഈ ബൊട്ടാണിക്കൽ ഗാർഡനായിരുന്നു ഉപയോഗിച്ചത് എന്നതും പരദേനിയ ഉദ്യാനത്തിന്റെ ചരിത്ര പ്രസക്തി വർധിപ്പിക്കുന്നു.

മരങ്ങളും പൂക്കളും പക്ഷികളും ശലഭങ്ങളും നദിയുമെല്ലാം മനസ്സ് കുളിരണിയിക്കുന്ന ദൃശ്യങ്ങളാണ്. അതിരറ്റ ആനന്ദത്തോടെ ഗാർഡനിൽനിന്ന് മടങ്ങുമ്പോൾ കുറെ നഴ്സറി കുട്ടികളെ കണ്ടു.

ഉദ്യാനത്തിൽ ഓടിത്തിമിർക്കുന്ന കുഞ്ഞുശലഭങ്ങൾ കുമാരനാശാൻ ഉപമിച്ചപോലെ പൂക്കളിൽനിന്ന് അടർന്നു വീണ ദളങ്ങളായേ തോന്നൂ!

ഗാർഡൻ കണ്ടു മടങ്ങുമ്പോൾ മുരുകൻ ചോദിച്ചു; കാൻഡിയിലെ പ്രസിദ്ധമായ ടീ ഫാക്ടറി കാണാൻ താൽപര്യമുണ്ടോ?

തീർച്ചയായും കാണണം.

കാലത്ത് ഉറക്കമുണരുന്നത് തൊട്ട് നാലഞ്ച് ചായയെങ്കിലും കുടിക്കുന്ന ശീലമുള്ള മലയാളികൾക്ക് സിലോൺ ചായയുടെ ചരിത്രവും

രുചിയും കൗതുകമുണർത്തുക സ്വാഭാവികമാണല്ലോ.

കട്ടുകണ്ണവയിലെ ചായ ഫാക്ടറി കാണാൻ ഞങ്ങൾ പുറപ്പെടുന്നത് അങ്ങനെയാണ്.

കട്ടുകണ്ണവ വഴി പോയാൽ ശ്രീലങ്കയുടെ റെയിൽ മ്യൂസിയവും കാണാം എന്ന നേട്ടവുമുണ്ട്.

പാട്ട് പാടിയും തമാശകൾ പറഞ്ഞും ഞങ്ങൾ കട്ടുകണ്ണവയിലേക്ക് തിരിച്ചു. ആദ്യം എത്തിയത് നാഷനൽ റെയിൽ മ്യൂസിയത്തിനു അരികിലാണ്. ശ്രീലങ്കയിൽ റെയിൽവേ സർവിസ് തുടങ്ങിയതിന്റെ നൂറ്റി അമ്പതാം വാർഷികത്തിൽ, 2014 ലാണ് ഈ മ്യൂസിയം ആരംഭിച്ചത്. പഴയ എൻജിൻ, ബോഗി, ട്രോളി, റെയിൽ കാർ തുടങ്ങിയ റെയിൽവേ ചരിത്രവുമായി ബന്ധപ്പെട്ട സ്മാരകങ്ങളാണ് ഇവിടെ പ്രദർശനത്തിനു വെച്ചിട്ടുള്ളത്.

തീവണ്ടിയുടെ മാതൃകയിലുള്ള മ്യൂസിയത്തിന്റെ അടുത്തുനിന്ന് ഏതാനും പടങ്ങൾ എടുത്ത് അവിടെ അധികം സമയം ചെലവിടാതെ ഞങ്ങൾ ടീ ഫാക്ടറിയിലേക്ക് പോയി.

ലോകത്ത് ഉൽപാദിപ്പിക്കുന്ന തേയില കയറ്റുമതിയുടെ 19 ശതമാനവും ശ്രീലങ്കയിൽനിന്നാണ്. 1,88,000 ഹെക്ടർ ഭൂമിയിൽ ഏകദേശം 2,98,000 ടൺ തേയില ശ്രീലങ്ക ഉൽപാദിപ്പിക്കുന്നു എന്നാണ് കണക്ക്.

ശ്രീലങ്കയും ചായയും തമ്മിലുള്ള ബന്ധമെന്താണ്?

ശ്രീലങ്കയുടെ അനുകൂല കാലാവസ്ഥയിൽ തേയില കൃഷി സമൃദ്ധമായി വളരുന്നതാകാം പ്രധാന കാരണം. എന്നാൽ, ശ്രീലങ്കയുടെ ബുദ്ധ മത പശ്ചാത്തലവുമായി തേയില കൃഷിയെ ബന്ധപ്പെടുത്തിക്കൂടെ?

ഇങ്ങനെ ഒരു തല തിരിഞ്ഞ ചിന്ത കടന്നുവരാൻ കാരണം, ബുദ്ധമതവുമായി ചായക്ക് അഭേദ്യമായി ബന്ധമുണ്ട് എന്ന് നേരത്തേ വായിച്ച ഓർമയാണ്.

സി.ഇ. 800ൽ ചായയെ കുറിച്ച് ആദ്യമായി ഒരു പഠന ഗ്രന്ഥം എഴുതിയ ചൈനക്കാരനായ ലൂയു ഒരു ബുദ്ധ സന്ന്യാസിയായിരുന്നു. സെൻബുദ്ധിസത്തിന്റെ ആചാര്യനായിരുന്ന ഇദ്ദേഹം ചായകുടി മതത്തിന്റെ ഭാഗമാക്കി മാറ്റിയതായി ഒരു കഥയുണ്ട്.

ജപ്പാനിലേക്ക് തേയിലച്ചെടി ആദ്യമായി കൊണ്ടുവന്നതും ഒരു ബുദ്ധസന്ന്യാസി തന്നെ.

യിസൈ എന്ന് പേരുള്ള ഈ ബുദ്ധ ഭിക്ഷുവാണ് ജപ്പാനിൽ ചായയുടെ പിതാവ്.

എന്നാൽ ചായയുടെ മാതൃദേശം ചൈനയാണ്. 'ചാ' എന്ന ചൈനീസ് വാക്കിൽനിന്നാണ് "ചായ'യുടെ നിഷ്പത്തി തന്നെ. ചൈന ബുദ്ധപാരമ്പര്യമുള്ള രാജ്യമായിരുന്നുവെന്ന് ഓർക്കണം.

ചായയുടെ കണ്ടുപിടിത്തത്തെ കുറിച്ച് രസകരമായ ഒരു ഐതിഹ്യമുണ്ട്.

അയ്യായിരം വർഷങ്ങൾക്ക് മുമ്പ് ചൈനീസ് രാജാവായ ഷെൻനങ് വേട്ടക്കിറങ്ങിയതായിരുന്നു. നായാട്ടിനിടെ കാട്ടിൽ തീ കത്തിച്ച് കുറച്ചു വെള്ളം തിളപ്പിക്കാൻ വേണ്ടി വെച്ചു. അപ്പോൾ എവിടെ നിന്നോ തിളച്ച വെള്ളത്തിൽ ഏതാനും ഇലകൾ പാറിവീഴുകയും വെള്ളം ചുക ചുകക്കുകയും ചെയ്തു. ഷെൻ രാജാവ് അതൽപം നുകർന്നു നോക്കിയപ്പോൾ വല്ലാത്ത ഉന്മേഷം!

പറന്നു വീണ ഇല സാക്ഷാൽ തേയിലയായിരുന്നു. അങ്ങനെ ചായ എന്ന അത്ഭുതപാനീയം ഭൂജാതമായി!

കാൻഡിയിലെ പരദേനിയ ഉദ്യാനത്തിലാണ് ശ്രീലങ്കയിലെ ആദ്യ തേയിലച്ചെടി നട്ടത് എന്നാണ് പറയപ്പെടുന്നത്. അത് ചൈനയിൽനിന്ന് കൊണ്ടുവന്നതായിരുന്നു.

ബുദ്ധവിശ്വാസികളായിരുന്ന അന്നത്തെ കാൻഡി രാജാക്കന്മാർക്ക് ചൈനയുമായും ബന്ധമുണ്ടായിരുന്നിരിക്കണം. എന്നാൽ, ശ്രീലങ്കയിൽ വ്യവസായമായി തേയിലകൃഷി ആരംഭിച്ചത് 1867ലാണ്. അന്ന് സിലോൺ ബ്രിട്ടന്റെ അധീനതയിൽ ആയിരുന്നു.

ജെയിംസ് ടൈലർ എന്ന ബ്രിട്ടീഷ് പ്ലാന്ററാണ് കാൻഡിയിലെ ലൂൾകൊണ്ടെര എന്ന സ്ഥലത്ത് 18 ഏക്കറിൽ പ്രഥമ ചായത്തോട്ടം ആരംഭിച്ചത്.1872ൽ അദ്ദേഹംതന്നെയാണ് ശ്രീലങ്കയിലെ ആദ്യ ടീ ഫാക്ടറി ആരംഭിച്ചതും.

പിന്നീട് ലോക പ്രശസ്ത സ്കോട്ടിഷ് ടീ പ്ലാന്ററായ തോമസ് ലിപ്ടനുമായി ചേർന്ന് തന്റെ ചായ സാമ്രാജ്യം വികസിപ്പിച്ചു. 1892ൽ മരിക്കുന്നതുവരെ ജെയിംസ് ടൈലർ ബ്രിട്ടീഷ് സിലോണിലാണ് ജീവിച്ചത്.

കാൻഡിയിലെ മഹയാവ സെമിത്തേരിയിലാണ് അദ്ദേഹം അന്ത്യവിശ്രമം കൊള്ളുന്നത്.

ബ്രിട്ടീഷ് ഭരണകാലത്ത് സിലോണിലെ തേയിലതോട്ടങ്ങളിൽ ജോലിചെയ്യാൻ നിരവധി മലയാളി കുടിയേറ്റക്കാർ വന്നിരുന്നു.

അവരിൽ പലരും ജെയിംസ് ടൈലറുടെ തൊഴിലാളികളാകാനുള്ള സാധ്യത ഉണ്ട്. കാരണം ജെയിംസ് ഇന്ത്യയിൽ വരുകയും തൊഴിലാളികളെ റിക്രൂട്ട് ചെയ്യുകയും ചെയ്തിരുന്നു എന്ന് അദ്ദേഹത്തിന്റെ ജീവ ചിത്രത്തിൽ കാണുന്നു.

കടുകണ്ണവ ടീ ഫാക്ടറി ഒരു ഇടത്തരം ചായ ഫാക്ടറിയാണ്.

ഞങ്ങൾ അവിടേക്ക് കയറി ചെന്നപ്പോൾ അവിടെ ജീവനക്കാരായ യുവതികളാണ് സ്വീകരിക്കാൻ വന്നത്.

ഫാക്ടറി കാണാനെത്തുന്ന സഞ്ചാരികളെ സ്വീകരിക്കുകയും സ്ഥാപനത്തെക്കുറിച്ച് നന്നായി വിശദീകരിച്ചുകൊടുക്കുകയും ചെയ്യാൻ പരിശീലിപ്പിക്കപ്പെട്ടവരാണവരെന്ന് എളുപ്പം ബോധ്യമാകും.

തേയില നുള്ളുന്നത് മുതൽ വിവിധ മിഷനറികൾ ഉപയോഗിച്ച്, ചായപ്പൊടി ആകുന്നവരെ വ്യത്യസ്ത ഘട്ടങ്ങളിലായി നടക്കുന്ന പ്രക്രിയകൾ അവർ ഞങ്ങളെ വിസ്തരിച്ച് കാണിച്ചുതന്നു. ഇരുപതോളം ഇനത്തിലുള്ള രുചികരമായ ചായപ്പൊടികൾ അവിടെ നിർമിക്കുന്നുണ്ട്.

'ക്ലാസ്'' കഴിഞ്ഞ് അവർ ഞങ്ങളെ വിസിറ്റേഴ്സ് ലോഞ്ചിലേക്ക് നയിച്ചു.

ഇനി സൗജന്യ ചായ നുണയാം.

ഇഷ്ടമുള്ള ഫ്ലേവറിൽ ചായ കിട്ടും.

ഞങ്ങൾ ഓരോ ഓറഞ്ചു പീക്കോ ചായ കുടിച്ചു.

ശരീരവും മനസ്സും ഉന്മേഷഭരിതമാക്കുന്ന ചൂടു ചായ! ചായ കുടി കഴിഞ്ഞ് പ്രമോഷൻ സന്റെറിൽ നിന്ന് സിലോൺ ചായയുടെ വെറൈറ്റിയുള്ള ഏതാനും പാക്കറ്റുകൾ സ്വന്തമാക്കി. ടൂറിസ്റ്റുകളെ ഉദ്ദേശിച്ച് ഗിഫ്റ്റ് പാക്ക് ചെയ്തുവെച്ചതാണ് അവിടെ വിൽക്കുന്ന ചായപ്പൊടികൾ.

ബിൽ അടച്ച് കഴിഞ്ഞു മടങ്ങാൻ ഒരുങ്ങിയ ഞങ്ങളെ ആ യുവതികൾ തൊഴുകൈകളോടെ യാത്രയാക്കി.

ലങ്കൻ നൃത്തങ്ങൾ

കാൻഡിയിലെ പ്രധാന സ്ഥലങ്ങൾ കാണിച്ച ശേഷം സന്ധ്യയോടെ കാൻഡി തടാകത്തിനരികെ വിട്ടുതരാം എന്ന കരാറിലാണ് മുരുകൻ ഞങ്ങൾക്കൊപ്പം വന്നത്.

വഴിമധ്യേ മുരുകന് ഒരു കാൾ വന്നപ്പോൾ അവൻ പറഞ്ഞു,

പൊണ്ടാട്ടിയാണ്.

ഇരുട്ടും മുന്നേ എത്തില്ലേ എന്ന് ഓർമിപ്പിച്ചതാണ്.

ഇരുട്ടും മുന്നേ വീടണയണം എന്നത് രാജലക്ഷ്മിയുടെ നിർബന്ധമാണത്രെ.

ഹണിമൂൺ കാലമല്ലേ, നടക്കട്ടെ എന്ന് ഞാനും തമാശ പറഞ്ഞു.

പറഞ്ഞ പോലെ തന്നെ മണി അഞ്ചാകുമ്പോഴേക്കും അവൻ ഞങ്ങളെ തടാകത്തിനരികെ എത്തിച്ചു. പറഞ്ഞുറപ്പിച്ച കാശ് കൊടുത്ത് മുരുകനെ എളുപ്പം യാത്രയാക്കി.

കാൻഡിയൻ പാരമ്പര്യ നൃത്തം കാണുകയായിരുന്നു ഞങ്ങളുടെ അടുത്ത പരിപാടി.

തടാകത്തിന് വടക്ക് വശമാണ് കാൻഡിയൻ ആർട്ട് ആൻഡ് കൾചറൽ അസോസിയേഷൻ ഹാൾ.

അവിടെ അഞ്ചു മണിക്ക് ഷോ ആരംഭിക്കും.

മുരുകൻ അതിനു തൊട്ടടുത്തുതന്നെ ഞങ്ങളെ വിട്ടുതന്നത് സൗകര്യമായി.

ഓടിച്ചെന്ന് ടിക്കറ്റ് എടുത്ത് അകത്ത് കയറി.

ഹാൾ ഏതാണ്ട് നിറഞ്ഞുകവിഞ്ഞിട്ടുണ്ട്. വിദേശികളായ ടൂറിസ്റ്റുകളാണ് ഒട്ടുമുക്കാലും. നൃത്തങ്ങൾ കാണാൻ തയാറായി ഹാൻഡി കാമറയും മൊബൈലും ഒക്കെ ശരിപ്പെടുത്തിവെച്ച് തയാറായി ഇരിക്കുകയാണ് കാണികൾ. പരമാവധി മുന്നിൽ ഒഴിഞ്ഞു കണ്ട ഒരു ഇരിപ്പിടത്തിൽ ഞങ്ങൾ സ്ഥാനമുറപ്പിച്ചു.

കാൻഡിയൻ നൃത്തം വളരെ പ്രശസ്തമാണ്.

ശ്രീലങ്കയുടെ ദേശീയ നൃത്തമായി അറിയപ്പെടുന്നത് പരമ്പരാഗത കാൻഡിയൻ നൃത്തങ്ങളാണ്.

സത്യത്തിൽ കാൻഡിയൻ പാരമ്പര്യ നൃത്തങ്ങൾ അനുഷ്ഠാന കലകളാണ്. മതവിശ്വാസങ്ങളും ആചാരങ്ങളുമായി ബന്ധപ്പെട്ടവയാണവ. അത് തിയറ്ററുകളിൽ രംഗകലകൾ ആയി അവതരിപ്പിക്കുമ്പോൾ അതിന്റെ തനിമ ചോരുന്നു എന്ന വശം കാണാതിരുന്നുകൂടാ. പാരമ്പര്യ കലകളെയും പരമ്പരാഗത സാംസ്കാരിക ആഘോഷങ്ങളെയും ടൂറിസത്തിന്റെ ഭാഗമാക്കി മാറ്റുമ്പോൾ അവയുടെ മൗലികതയും കലാമൂല്യവും നഷ്ടപ്പെടുകയും കച്ചവട ചരക്കുകളായി അവ അധഃപതിക്കുകയും ചെയ്യും.

എങ്കിൽ പോലും, വിദേശ സന്ദർശകർക്ക് അതത് രാജ്യങ്ങളുടെ പാരമ്പര്യങ്ങൾ കാണിച്ചുകൊടുക്കാൻ ഇതല്ലാതെ പ്രായോഗിക മാർഗമില്ല എന്ന പരിമിതിയുമുണ്ട്.

ഒരു മണിക്കൂർ ദൈർഘ്യമുള്ളതാണ് ഷോ.

ഇടവേള ഇല്ലാതെ തുടർച്ചയായി പന്ത്രണ്ടോളം നൃത്ത ഇനങ്ങളാണ് വേദിയിൽ അവതരിപ്പിക്കുന്നത്.

കാൻഡിയൻ പരമ്പരാഗത നൃത്തങ്ങളുടെ ചരിത്രം അന്വേഷിച്ചു പോയാൽ അത് ദക്ഷിണേന്ത്യയിലാണ് ചെന്നെത്തുക.

കേരളത്തിന്റെ പരമ്പരാഗത നൃത്തരൂപങ്ങളുമായി വളരെയേറെ സാമ്യമുള്ളതാണ് കാൻഡിയൻ നൃത്തങ്ങൾ. നമ്മുടെ കഥകളിപോലെ വേഷം കെട്ടി ക്കൊണ്ടുള്ള ആട്ടമാണ് ചില നൃത്തങ്ങൾ.

നൃത്തം, നാട്യം, നൃത്യം, ഗീതം, വാദ്യം എന്നിങ്ങനെ അഞ്ചു ഘടകങ്ങളാണല്ലോ കഥകളിയിൽ. ഇവയോടൊപ്പം ഗദ്യ ഭാഷണങ്ങളും ആയോധന അഭ്യാസമുറകളും കൂടി ചേർന്നതാണ് ചില കാൻഡിയൻ നൃത്തങ്ങൾ.

ചടുലതാളങ്ങളാണ് ഈ നൃത്തരൂപങ്ങളുടെ പൊതുവായ സവിശേഷത.

പതിനേഴാം നൂറ്റാണ്ടിലാണ് കഥകളി ഉത്ഭവിച്ചതായി ചരിത്രകാരന്മാർ പറയുന്നത്. ഏതാണ്ട് അതേ കാലം തന്നെയാണ് കാൻഡിയൻ നൃത്തവും രൂപപ്പെട്ടത് എന്ന് കണക്കാക്കപ്പെടുന്നു.

നൃത്തത്തിലൂടെ അവതരിപ്പിക്കുന്നത് പല മിത്തുകളും പുരാവൃത്തങ്ങളുമാണ്. ഹിന്ദു മിത്തോളജി ആണ് അതിൽ പ്രധാനം.

നൃത്തത്തിന്റെ പാട്ടുകൾ, പാട്ടുകാർ പിന്നിൽനിന്നും പാടുകയും നർത്തകർ കാവ്യത്തിലെ പ്രതിപാദ്യം അരങ്ങത്ത് അഭിനയത്തിലൂടെ അവതരിപ്പിക്കുകയും ചെയ്യുന്നു. അഭിനയത്തിനിടക്ക് ഭാവാവിഷ്കരണപരവും താളാത്മകവുമായ രംഗചലനങ്ങളും അംഗചലനങ്ങളും പ്രദർശിപ്പിക്കുന്നു.

കൂടക്കൂടെ കരണംമറിയുകയും വേഗതയിൽ കറങ്ങുകയും അഭ്യാസങ്ങൾ കാണിക്കുകയും ചെയ്യും.

പാട്ടിലൂടെയും അഭിനയത്തിലൂടെയും വിവിധങ്ങളായ രംഗപരമ്പരകളിലൂടെയും ഇതിവൃത്തം അവതരിപ്പിച്ച് രസാനുഭൂതി സൃഷ്ടിക്കുകയാണ് ഈ പാരമ്പര്യ നൃത്തരൂപങ്ങൾ.

പശ്ചാത്തല സംഗീതമായി മദ്ദളകേളിയോ ചെണ്ടവാദ്യമോ ഇലത്താളമോ ഉണ്ടാകും.

കഥകളിക്ക് സമാനമായ രീതിയിലുള്ള ചുട്ടികുത്ത് കാൻഡിയൻ നൃത്തങ്ങളിൽ കാണാനില്ല. എന്നാൽ ഹസ്തമുദ്രകളിലൂടെയും മുഖഭാവപ്രകടനങ്ങളിലൂടെയും അഭിനയിച്ചാണ് നർത്തകർ കഥ പറയുന്നത്.

മുഖം മൂടിയുള്ള വേഷം അണിഞ്ഞുള്ള നൃത്തരൂപമാണ് മറ്റൊന്ന്.

ഇത് നമ്മുടെ തെയ്യത്തോട് വളരെ അടുത്ത് നിൽക്കുന്നു.

തെയ്യങ്ങളിൽ പ്രേതാരാധനയും ശൈവ-വൈഷ്ണവാരാധനയും പ്രധാനമാണല്ലോ. അതേപോലെ രോഗ മുക്തി, ശത്രു സംഹാരം, ദുഷ്ട ഗ്രഹണം തുടങ്ങിയ ലക്ഷ്യങ്ങൾക്ക് ശക്തികളെ പ്രീണിപ്പിക്കുന്ന ചില അനുഷ്ഠാന നൃത്തങ്ങൾ ശ്രീലങ്കയിലും ഉണ്ട്. താഴ്ന്ന ജാതി വിഭാഗക്കാരാണവ അനുഷ്ഠിച്ചിരുന്നതത്രേ.

രോഗദേവതകൾ, ഭൂത-യക്ഷി ദേവതകൾ, മന്ത്രമൂർത്തികൾ, ഉർവര ദേവതകൾ എന്നിങ്ങനെ പലവിധ വേഷങ്ങൾ കെട്ടിയാണ് ഈ നൃത്തരൂപങ്ങൾ.

ഒരു മണിക്കൂറിനുള്ളിൽ എല്ലാംകൂടി ആടി തീർക്കുമ്പോൾ സ്വാഭാവികമായും ശ്രീലങ്കൻ പാരമ്പര്യനൃത്തങ്ങളെ പറ്റി പൊതുവായും കാൻഡിയൻ നൃത്തകലയെ പറ്റി സാമാന്യമായും ഒരു ധാരണ നേടിയെടുക്കാൻ മാത്രമേ നമുക്ക് കഴിയൂ.

ശ്രീലങ്കൻ/കാൻഡിയൻ പരമ്പരാഗത നൃത്തങ്ങളിൽ സ്ത്രീകൾ ഉണ്ടാകാറില്ല.

എന്നാൽ തിയേറ്ററിലെ ഈ നൃത്തപ്രദർശനത്തിൽ സ്ത്രീകളുമുണ്ട്.

ഹൈന്ദവ ബുദ്ധ മതങ്ങൾ തമ്മിലും തമിഴ്-സിംഹള സംസ്കാരങ്ങൾ തമ്മിലും കാലങ്ങളിലൂടെ ഉണ്ടായ ആദാനപ്രദാനങ്ങൾ നൃത്ത, കലാ ആവിഷ്കാരങ്ങളിലും സംഭവിച്ചിട്ടുണ്ട് എന്ന് തീർച്ചയായും അനുമാനിക്കാം.

നൃത്തം അവസാനിച്ച ശേഷം രംഗമൊഴിഞ്ഞ കലാകാരന്മാർ പ്രേക്ഷകരെ കാണാനും പരിചയപ്പെടാനും ഇറങ്ങി വന്നു.

വിചിത്ര വേഷങ്ങൾ അണിഞ്ഞ നർത്തകർ പ്രേക്ഷകർക്കൊപ്പം ഫോട്ടോക്ക് പോസ് ചെയ്തു കൊടുക്കുന്നു.

അത് കഴിഞ്ഞ് ടൂറിസ്റ്റുകളിൽ നിന്ന് കൈമടക്കും വാങ്ങുന്നുണ്ട് അവർ.

ഞങ്ങൾ ഹാളിൽനിന്ന് പുറത്തിറങ്ങിയപ്പോഴേക്കും മുറ്റത്ത് ഒരു തീകുണ്ഡം സജ്ജമാക്കിയിരുന്നു.

ചില കലാകാരന്മാർ കുപ്പിയിൽ മണ്ണെണ്ണയുമായി നിൽക്കുന്നു.

അടുത്തതായി കനലാട്ടം നടക്കാൻ പോകുകയാണ്.

നർത്തകരിൽ ചിലർ, ചെണ്ട വാദ്യങ്ങളുടെ താളത്തിൽ അഗ്നിയിൽ ചുവടുവെക്കുന്നു.

മറ്റു ചിലർ വാകൊണ്ടു മണ്ണെണ്ണ ചീറ്റി അന്തരീക്ഷത്തിൽ അഗ്നി ഗോളങ്ങൾ സൃഷ്ടിക്കുന്നു. അഗ്നിനൃത്തങ്ങളിൽ ഹരംകയറിയവർ നർത്തകർക്ക് പണം എറിഞ്ഞുകൊടുക്കുന്നുണ്ടായിരുന്നു.

സഞ്ചാരികളുടെ പണം പിടുങ്ങാനുള്ള ഉഡായിപ്പുകൾ മാത്രമായേ എനിക്ക് അത് അനുഭവപ്പെട്ടുള്ളൂ.

കൾചറൽ അസോസിയേഷൻ ഹാളിൽ നിന്നിറങ്ങി നേരെ കാൻഡി തടാകക്കരയിലേക്കാണ് ഞങ്ങൾ പോയത്.

അപ്പോഴേക്കും ഇരുട്ടിയിരുന്നു.

നിലാവെട്ടത്തിൽ കുളിച്ചുനിൽക്കുന്ന തടാകം ചാരുതയാർന്ന കാഴ്ചയാണ്.

മൂന്നര കി.മീറ്റർ ചുറ്റളവും 18.5 മീറ്റർ ആഴവുമുള്ള ഈ കൃത്രിമ തടാകത്തിനു സിംഹള ഭാഷയിൽ 'കിരി മുഹുദ' എന്നാണു പേര്.

പാൽക്കടൽ എന്നർഥം.

നിലാവെളിച്ചത്തിൽ തടാകം കാണുമ്പോൾ ആ നാമം ശരിക്കും അന്വർഥമായിത്തീരുന്നു.

കാൻഡി നഗര ഹൃദയത്തിൽ, ദന്തക്ഷേത്രത്തിനു അടുത്തായി സ്ഥിതി ചെയ്യുന്ന ഈ മനോഹരമായ തടാകം വിക്രമ രാജസിംഗെ 1807ൽ നിർമിച്ചതാണ്. കാൻഡിയൻ തടാകത്തെ കുറിച്ച് പല ഐതിഹ്യങ്ങളും പറഞ്ഞുകേൾക്കുന്നുണ്ട്.

തടാകത്തിന്റെ മധ്യത്തിലായി ഒരു ദ്വീപ് ഉണ്ടായിരുന്നു എന്നും അത് കൊട്ടാരവുമായി രഹസ്യ തുരങ്കം വഴി ബന്ധിക്കപ്പെട്ടിരുന്നു എന്നും ആ വഴിയിലൂടെ ദ്വീപിലെത്തി രാജാവ് നീരാടിയിരുന്നു എന്നുമാണ് ഒരു കഥ.

ജലപ്പരപ്പിലെ ഓളങ്ങൾക്ക് സ്വർണച്ഛവിയാണ്.

തടാകത്തിന്റെ ചുറ്റുമതിൽ ചാരി, പാൽക്കടലിൽ തിളങ്ങുന്ന ചന്ദ്രബിംബം നോക്കി ഇരിക്കുമ്പോൾ അവാച്യമായ ഒരു ശാന്തത വന്നു പൊതിയുന്നു. ഏകാഗ്രമായ ഇത്തരം ധ്യാന നിമിഷങ്ങളാണ് ചില യാത്രകളിൽ വീണുകിട്ടുന്ന നിധികൾ.

അക്കരൈപത്ത്

ശ്രീലങ്കയിലെ ഏറ്റവും കിഴക്ക് അമ്പാറ ജില്ലയിൽപെട്ട അക്കരൈപത്ത് ഗ്രാമത്തിലാണ് എന്റെ സുഹൃത്ത് ശീനിയുടെ വീട്.

ഞങ്ങൾ എത്തും മുമ്പ് തന്നെ അവൻ ഞങ്ങൾക്കുവേണ്ടി വീട്ടിൽ ഒരു മുറി തയാറാക്കിയിരുന്നു. കൊളംബോയിൽ എൻജിനീയറിങ്ങിനു പഠിക്കുന്ന മൂത്ത മകൻ അലിഫ് അഫ്സൽ വീട്ടിൽ എത്തിയിട്ടുണ്ട്.

അപ്പയുടെ സുഹൃത്തിനെ കാണാനും പരിചയപ്പെടാനുമാണ് അവന്റെ വരവ്.

ഹോസ്റ്റലിൽ താമസിക്കുന്ന അംസഫിനും അൻസഫിനും പരീക്ഷ ആയതിനാൽ എത്താൻ സാധിച്ചിരുന്നില്ല.

ചെറിയ മകൾ എട്ടാംക്ലാസുകാരി സീനത്ത് സഹ്റ ഞങ്ങൾക്ക് സൗകര്യങ്ങൾ ഒരുക്കാൻ വേണ്ടി ഉത്സാഹത്തോടെ അങ്ങുമിങ്ങും ഓടിനടക്കുന്നുണ്ട്.

ഭാര്യ മാഹിറ അടുക്കളയിൽ തിരക്കിട്ട പാചകത്തിലാണ്. അധ്യാപികയായ മാഹിറയും ലീവ് എടുത്തിരിക്കുകയാണ്.

അക്കരൈപത്തിന്റെ പരമ്പരാഗത ഭക്ഷണ ഇനങ്ങൾ ഓരോന്നായി രുചിച്ചുകൊണ്ടിരിക്കുകയാണ് ഞങ്ങൾ. വിവിധ ഇനം കൊത്തുകൾ, അടകൾ, അപ്പത്തരങ്ങൾ, മധുര പലഹാരങ്ങൾ, ബിരിയാണി...ശീനിയാകട്ടെ സൽക്കാരത്തിൽ ഒട്ടും പിറകിലല്ല.

മാഹിറ ഉണ്ടാക്കിയ വിഭവങ്ങൾ ഓരോന്നും "ഇത് വേറെ എവിടെയും കിട്ടില്ല" എന്നും പറഞ്ഞു ഞങ്ങളെ തീറ്റിച്ചുകൊണ്ടിരുന്നു.

രുചികരമായ വിഭവങ്ങൾ അകത്താക്കിക്കഴിഞ്ഞ് ഞാൻ ഒരു കമന്റ് പാസാക്കി.

"പൊണ്ടാട്ടിയുടെ പേര് അറിഞ്ഞിട്ടത് തന്നെ..! മാഹിറ എന്നാൽ നിപുണ എന്നാണർഥം. പാചകകലയിൽ മാഹിറ ശരിക്കും മാഹിറതന്നെ..."

"എടീ, പറഞ്ഞത് കേട്ടില്ലേ, പാചകത്തിൽ നീ അക്ഷരാർഥത്തിൽ തന്നെ മിടുക്കിയാണെന്ന്'"

ശീനി ഉച്ചത്തിൽ വിളിച്ചുപറഞ്ഞു.

എന്നെ നോക്കി കണ്ണിറുക്കിക്കാട്ടി അവൻ പറഞ്ഞു

"നന്നായി സുഖിച്ചു കാണും!!".

കൊളംബോയിൽനിന്ന് 350 കി.മീറ്റർ അകലെയാണ് അമ്പാറ.

ശ്രീലങ്കയുടെ പത്തായം നിറക്കുന്നത് അമ്പാറയാണ്.

കണ്ണെത്താദൂരം പരന്നുകിടക്കുന്ന നെൽപ്പാടങ്ങൾ എല്ലായിടത്തും കാണാം. ശ്രീലങ്കക്കാരുടെ മുഖ്യ ഭക്ഷണം അരിയാണ്. അതിനാൽ ഇവിടെ കൃഷിയുടെ 34 ശതമാനവും നെല്ല് തന്നെയാണ്.

കൊളംബോ ദേശീയ മ്യൂസിയത്തിൽ ശ്രീലങ്കയിൽ പ്രാചീന കാലംതൊട്ടുള്ള നെൽകൃഷിയുടെ ചരിത്രവും അതുമായി ബന്ധപ്പെട്ട സംസ്കാരങ്ങളും അനാവരണം ചെയ്യുന്ന പ്രദർശനമുണ്ടായിരുന്നു. നെൽപാടങ്ങളിൽ പഴയ കാലത്ത് ഉപയോഗിച്ചിരുന്ന ജലസേചന മാർഗങ്ങൾ, കലപ്പ, കൊയ്ത്തിനും മെതിക്കും ഉപയോഗിച്ച ഉപകരണങ്ങൾ മുതലായവയുടെ മാതൃകകൾ അവിടെ ഉണ്ടാക്കിവെച്ചിട്ടുണ്ട്. അതിൽ പലതും നമ്മിലും ഗൃഹാതുരത്വമുണർത്തുന്നവയാണ്.

ബുദ്ധ-സിംഹള സംസ്കാരവും കാർഷിക ജീവിതവും പരസ്പരം പൂരകങ്ങളായാണ് നൂറ്റാണ്ടുകളായി നിലകൊള്ളുന്നത് എന്ന് ആ പ്രദർശനം ചൂണ്ടിക്കാട്ടുന്നു. മലയാളികളുടെ മിക്ക ആഘോഷങ്ങൾക്കും ആചാരങ്ങൾക്കും നെൽകൃഷിയുമായി ബന്ധമുള്ള പോലെ ശ്രീലങ്കൻ സംസ്കാരത്തിലും നെൽകൃഷി പ്രധാന ഘടകമാണ്.

വിത്ത് വിതക്കൽ, ഞാറു നടൽ, കൊയ്ത്ത്, മെതി എന്നിങ്ങനെ കൃഷിയുടെ ഓരോ ഘട്ടത്തിലും ബുദ്ധ ക്ഷേത്രങ്ങളിൽ ആചാരങ്ങളുണ്ട്. അത്തരം വിശേഷ ഘട്ടങ്ങളിൽ ബുദ്ധ പ്രതിമകൾക്ക് മുന്നിൽ കാണിക്ക അർപ്പിക്കുന്നു. 'കമത'യെ അഥവാ മെതിനിലത്തെ പ്രതീകാത്മകമായ ഒരു പുണ്യസ്ഥാനമായാണ് സിംഹളർ ഗണിക്കുന്നത്.

അക്കരെപത്തിനടുത്തുള്ള ഒരു ഗ്രാമത്തിലെ പാടവരമ്പത്ത് കൂടെ ഞങ്ങൾ നടന്നുപോവുകയാണ്.

കുട്ടനാട് പോലെ പച്ചവിരിച്ച വയലേലകൾ.

ചളി കെട്ടിനിൽക്കുന്ന പാടങ്ങളിൽ നിലമുഴുന്നവരും കാളപൂട്ടുന്ന വരുമുണ്ട്.

കള പറിക്കുന്ന കർഷക സ്ത്രീകൾ ഒരു നാടൻ പാട്ട് ഉച്ചത്തിൽ ചൊല്ലുന്നുണ്ട്.

സിംഹള ഭാഷയിലെ പ്രശസ്തമായ ആ നാടൻ പാട്ടിന്റെ വരികൾ നെൽകൃഷിയെ അവരുടെ സംസ്കാരം എത്ര പാവനമായാണ് കാണുന്നത് എന്ന് മനസ്സിലാക്കിത്തരുന്നതാണ്.

ആ പാട്ട് ഇങ്ങനെയാണ്:

"ബുദുണ വന്തിനാ വേലവായി

കിരി ഉതുരുണ വേലവായി

കോലാ മടവണ വേലവായി

കമത പിരേണ വേലവായി..."

നെല്ല് മെതിക്കുന്ന കാലം ഉദാരവും പവിത്രവുമാണ്. വയലുകൾ കൊയ്യുന്ന കാലവും കമതകൾ നിറയുന്ന കാലവും പാവനമാണ് എന്നാണു ഈ വരികളുടെ ഉള്ളടക്കം.

പാടവരമ്പിൽ വിശ്രമിക്കുന്ന ഒരു സിംഹള കർഷകനെ ഞാൻ പരിചയപ്പെട്ടു.

അറുപതു വയസ്സായി കാണും.

കുമുദൻ എന്ന് പേരുള്ള ആ കൃഷിക്കാരനിൽനിന്ന് ശ്രീലങ്കയിലെ നെൽകൃഷി രീതികളെ കുറിച്ച് കുറെ വിവരങ്ങൾ അറിയാനായി.കേര ളത്തിലെ നെൽകൃഷിയെ പറ്റി അയാളും കൗതുകത്തോടെ പലതും ചോദിച്ചറിഞ്ഞു.

കേരളത്തിൽ പരമ്പരാഗതമായി നെൽകൃഷിയിൽ മൂന്ന് വേള കളാണല്ലോ ഉള്ളത്. കാലവർഷം തുടങ്ങുന്നതിന് മുമ്പായി, മേടമാ സത്തിൽ ആരംഭിക്കുന്ന വിരിപ്പ് കൃഷി അഥവാ കന്നികൃഷിയാണ് ഒന്നാമത്തേത്. രണ്ടാമത്തേത് മുണ്ടകൻ. മൂന്നാമത്തേത് ആഴം കൂടിയ പാടങ്ങളിൽ ചെയ്യുന്ന പുഞ്ച.

ഇതേപോലെ ശ്രീലങ്കയിൽ പ്രധാനമായും രണ്ടു കൃഷിക്കാലം ഉണ്ട്.

ആദ്യത്തേത് യാല.

ഏപ്രിൽ, മേയ് മാസം നട്ട് ആഗസ്റ്റ്-സെപ്റ്റംബറിൽ കൊയ്യുന്നതാണ് ഇതിന്റെ കാലം. ശ്രീലങ്കയിലെ നെൽകൃഷിയുടെ 30 ശതമാനം ഈ കാലത്താണ്.

രണ്ടാമത്തേത് മഹാ എന്നാണ് അറിയപ്പെടുക.

ഒക്ടോബർ-നവംബറിൽ ആരംഭിച്ച് ഫെബ്രുവരി-മാർച്ചിലാണ് ഈ കൃഷിക്കാലം. ശ്രീലങ്കയിൽ ഏറ്റവും കൂടുതൽ നെല്ലുൽപാദനം ഈ കൃഷിക്കാലത്താണ്.

നമ്മുടെ നാട്ടിലെ പോലെതന്നെ സമീപകാലത്ത് ഉൽപാദന ചെലവ് നന്നായി കൂടിയതുകൊണ്ട് അത് കൃഷിയെ ബാധിച്ചിട്ടുണ്ട്. എങ്കിലും ആഭ്യന്തര ഉപയോഗത്തിന് ആവശ്യമായത്ര നെല്ല് ശ്രീലങ്ക സ്വയം ഉൽപാദിപ്പിക്കുന്നു എന്നാണ് കർഷകൻ പറയുന്നത്.

നെല്ലിനു പുറമെ ചോളവും ധാരാളമായി ഇവിടെ കൃഷിയുണ്ട്. പച്ചക്കറികളും വയലുകളിൽ ഇടവിളയായി ചെയ്യുന്നു. കൃഷിക്കൊപ്പം കാലിവളർത്തലുമുണ്ട്.

അമ്പാറ ടൂറിസ്റ്റ് ഭൂപടത്തിൽ ഇല്ല എന്നുതന്നെ പറയാം.

അപവാദമായുള്ളത് പാസിക്കുട, നിലവേലി, ഉപ്പുവേലി, കൽക്കുട തുടങ്ങിയ ബീച്ചുകളാണ്. തിരക്കില്ലാത്ത ബീച്ച് തേടി വരുന്ന ടൂറിസ്റ്റുകൾ ബീച്ച് റിസോർട്ടുകളിൽ എത്തുന്നുണ്ട്.

അമ്പാറക്ക് പുറമെ ബത്തിക്കലോവ, തൃങ്കോമലൈ എന്നീ ജില്ലകളാണ് കിഴക്കൻ പ്രവിശ്യയിൽ ഉള്ളത്. കൽമുനയ് ആണ് ഈ പ്രവിശ്യയുടെ തലസ്ഥാനം. കിഴക്കൻ പ്രവിശ്യയിൽ തമിഴർക്കാണ് ആധിപത്യം. തമിഴരിലാകട്ടെ മുസ്ലിംകൾക്കും.

എൽ.ടി.ടി.ഇ കേന്ദ്രമായ ജാഫ്നയിൽ തമിഴ് വംശജരായ ഹിന്ദുക്കൾക്കാണ് മേൽക്കൈ. അതുകൊണ്ട് തന്നെ മുസ്ലിംകളെ തമിഴ് വംശജരായി അവർ പരിഗണിച്ചില്ല. മാത്രമല്ല, കലാപത്തിൽ മുസ്ലിംകളെ വ്യാപകമായി കുടിയൊഴിപ്പിച്ച് ആട്ടിയോടിക്കുകയും ചെയ്തു. അതിന്റെ പ്രത്യാഘാതം ഹിന്ദു വംശജരായ തമിഴർക്ക് അനുഭവിക്കേണ്ടി വന്നത് കിഴക്കൻ പ്രവിശ്യകളിൽ ആയിരുന്നു.

ഈ പ്രവിശ്യയിൽ ജനസംഖ്യാനുപാതത്തിൽ വന്നിട്ടുള്ള അസന്തുലിതത്വം പരിശോധിച്ചാൽ ഇക്കാര്യം മനസ്സിലാകും. 1981ലെ സെൻസസ് പ്രകാരം ജനസംഖ്യയിൽ 58.96 ശതമാനം തമിഴ് ഹിന്ദുക്കളും 33.66 ശതമാനം മുസ്ലിംകളും 4.66 ശതമാനം സിംഹളരും ആയിരുന്നു. എന്നാൽ 2012ലെ സെൻസസിൽ ഈ അനുപാതം യഥാക്രമം 39.79 ശതമാനം, 36.72 ശതമാനം, 23.15 ശതമാനം എന്നിങ്ങനെ മാറി.

അതായത് ഈ പ്രവിശ്യയിൽ തമിഴർ വലിയ തോതിൽ കുറയുകയും മുസ്ലിംകളും സിംഹളരും കൂടുകയും ചെയ്തു.

ആഭ്യന്തര കലാപകാലത്ത് പതിനായിരക്കണക്കിന് തമിഴർ ഇവിടെനിന്ന് ആട്ടിയോടിക്കപ്പെടുകയോ പടിഞ്ഞാറൻ പ്രവിശ്യ കളിലേക്കും കൊളംബോയിലേക്കും വിദേശ രാജ്യങ്ങളിലേക്കും കുടിയേറുകയോ ചെയ്തിട്ടുണ്ട്.

ഏതാനും കൂട്ടക്കൊലകളും അക്രമ പരമ്പരകളും അരങ്ങേറുകയും ചെയ്തു.

ഇപ്പോൾ കലാപം അവസാനിച്ചുവെങ്കിലും തമിഴരുടെയും മുസ്ലിം കളുടെയും മനസ്സുകളിലുണ്ടായ മുറിവുകൾ ഉണങ്ങിയിട്ടില്ല.

അടുത്തിടെയായി പ്രവിശ്യയിൽ സിംഹള ആധിപത്യം കനത്തു വരുന്നതായി തമിഴരും മുസ്ലിംകളും ഒരുപോലെ ഭയക്കുന്നു. ജനസം ഖ്യയിലും സാമൂഹിക രാഷ്ട്രീയ രംഗങ്ങളിലും മുന്നിട്ടു നിൽക്കുന്ന ജനവിഭാഗം എന്ന നിലയിൽ സിംഹള-ബുദ്ധ രാഷ്ട്രീയക്കാർ തങ്ങ ളെയാണ് നോട്ടമിടുന്നതെന്ന് മുസ്ലിംകൾ ഭയക്കുന്നുണ്ട്.

മരുമക്കത്തായം

അമ്പാറ ജില്ലയിൽപെട്ട അക്കരൈപത്ത് എന്ന ഗ്രാമത്തിന്റെ പഴയ പേർ കരുങ്കോടിത്തീവ് എന്നായിരുന്നു. ഇന്ത്യൻ മഹാസമുദ്ര ത്തോട് ചേർന്ന് നിൽക്കുന്ന മനോഹരമായ ഒരു തീരദേശമാണിത്.

ആളുകളിൽ അധികവും കൃഷിക്കാർ.

മീൻപിടിത്തക്കാരുമുണ്ട്.

മുസ്ലിംകൾ ആണ് ഭൂരിപക്ഷവും.

ഇടവഴികളും നാലു മുക്കുകളും നിറയെയുള്ള വീതികുറഞ്ഞ ഒരു പോക്കറ്റ് റോഡ് വഴിയാണ് ശീനിയുടെ വീട്ടിലെത്താൻ. സത്യ ത്തിൽ ശീനിയുടെ ഭാര്യയുടെ വീടായിരുന്നു ഇത്. ഇപ്പോൾ ഇവരുടെ കുടുംബം മാത്രമേയുള്ളൂ.

കൂട്ടുകുടുംബങ്ങൾ പൊതുവിൽ 'കുടി' എന്ന പേരിലാണ് കിഴക്കൻ ശ്രീലങ്കയിലെ തമിഴർക്കിടയിൽ അറിയപ്പെടുന്നത്. അക്കരൈപ ത്തിൽ 'കുടി' കളിൽ ഇപ്പോഴും അപൂർവമായി മരുമക്കത്തായ സമ്പ്ര ദായം തുടരുന്നുണ്ട്. പണ്ട് മരുമക്കത്തായം ആയിരുന്നു വ്യാപകം. ചില സ്ഥലപ്പേരുകൾ തന്നെ ഇങ്ങനെ 'കുടി' കളുടെ പേരാണ്. വലിയ കുടുംബ ശൃംഖലകൾ ഒരിടത്ത് താമസിച്ച് ആ പ്രദേശം പിന്നീട് ആ കുടിയുടെ പേരിൽ അറിയപ്പെട്ടാകാം ഇങ്ങനെ പേര് വന്നത്.

മലബാറിലെ ചില ഭാഗങ്ങളിലെ മുസ്ലിംകൾക്കിടയിൽ ഇപ്പോഴും മരുമക്കത്തായത്തിന്റെ അവശിഷ്ടങ്ങളുണ്ട്.

സ്വത്തവകാശം മക്കൾക്ക് പകരം മരുമക്കൾക്ക് പിന്തുടർച്ചയായി നൽകിപ്പോരുന്ന രീതിയാണ് മരുമക്കത്തായം. ഈ സമ്പ്രദായമനുസരിച്ച് വിവാഹ ശേഷം പുതിയാപ്പിളമാർ വധൂഗൃഹത്തിലാണ് അന്തിയുറങ്ങുക. പൊതുവെ തീരദേശങ്ങളിലാണ് മരുമക്കത്തായം ആചരിച്ചുപോന്നത്.

ലക്ഷദ്വീപ് നിവാസികളും ഇന്തോനേഷ്യയിലെ മെനൻകവാബു സമൂഹവും പശ്ചിമേഷ്യയിലെ ചില സമൂഹങ്ങളും മരുമക്കത്തായം പിന്തുടരുന്നുണ്ട്.

മലബാറിൽ മാപ്പിളമാർക്കിടയിൽ ഈ സമ്പ്രദായം നിലവിൽ വന്നതിനെ പറ്റി വ്യത്യസ്ത അഭിപ്രായങ്ങളുണ്ട്.

മരുമക്കത്തായികളായ ഹൈന്ദവർ ഇസ്‌ലാംമതം സ്വീകരിച്ചതിനുശേഷം പഴയ രീതികൾ തുടർന്നതാകാമെന്നും അതല്ല, മരുമക്കത്തായ സമ്പ്രദായം ആചരിച്ചുവന്ന അറബികൾ കച്ചവടാവശ്യാർഥം ഇവിടെ എത്തിയശേഷം വൈവാഹിക ബന്ധത്തിൽ ജനിച്ച സന്താന പരമ്പര പൂർവാചാരം തുടർന്നതാകാമെന്നുമാണ് അഭിപ്രായങ്ങൾ.

ഗുജറാത്തിലെ കച്ച് ദേശക്കാരായ മേമൻ വിഭാഗത്തിൽപെട്ട മുസ്ലിംകൾക്കിടയിലും തമിഴ്നാട്ടിലെ ലബ്ബമാർക്കിടയിലും മരുമക്കത്തായം നിലനിന്നിരുന്നു. കിഴക്കൻ ശ്രീലങ്കയിലെ മുസ്ലിംകളുടെ പൂർവികരായ അവരിൽനിന്നാകണം അക്കരൈപത്തിലും പരിസരങ്ങളിലും മാതൃദായക്രമം പകർന്നുകിട്ടിയത്.

"എന്നാൽ, ഇപ്പോൾ മരുമക്കത്തായം വ്യാപകമായി ആചരിക്കപ്പെടുന്നില്ല. ഭാര്യയുടെ ഈ തറവാട് ഞാൻ വില കൊടുത്ത് വാങ്ങുകയായിരുന്നു"

ശീനി മരുമക്കത്തായത്തെ കുറിച്ച് വിശദീകരിച്ചു.

ഈ രീതി മതപരമായി ശരിയല്ല എന്ന പ്രചാരണമാണ് അതിന്റെ പ്രധാന കാരണം. മറ്റൊന്ന് അണുകുടുംബ ഘടനയിലേക്കുള്ള കൂടുമാറ്റമാണ്. മുസ്ലിംകൾക്കിടയിൽ എന്നപോലെ ഈ പ്രദേശങ്ങളിലെ ഹിന്ദു തമിഴ് കുടുംബങ്ങളിലും അമ്മത്താവഴി നിലനിന്നിരുന്നു. എന്നാൽ അവരിലും അത് നാമാവശേഷമായി.

"തമിഴർക്കിടയിൽ ജാതി സമ്പ്രദായം നിലനിൽക്കുന്നുണ്ടോ?"

"ഉണ്ട്. ഇന്ത്യയിൽ നിലവിൽ ഉള്ളപോലെ ഇവിടെയും

ഹിന്ദുക്കൾക്കിടയിൽ ജാതിവ്യവസ്ഥയുണ്ട്. എന്നാൽ ഇക്കാലത്ത് രൂക്ഷത കുറഞ്ഞിട്ടുണ്ട്. മുക്കവർ, വേലയാർ, കുറുക്കർ എന്നീ മൂന്നു ജാതി വിഭാഗങ്ങളാണ് നിലവിലുള്ളത്. കുറുക്കർ ഉയർന്ന തൊഴിൽ ചെയ്യുന്ന ഉന്നതജാതിയാണ്."

"മുസ്ലിംകൾക്കിടയിൽ ജാതിയോ അയിത്തമോ നിലനിനിൽക്കുന്നുണ്ടോ?"

"ഇപ്പോൾ ഇല്ല. എന്നാൽ ബാർബർ പണി ചെയ്യുന്ന 'ഒസാന്മാർ' കീഴ്ജാതിയായി കരുതപ്പെട്ടിരുന്നു. അവരോടു അയിത്തം കൽപിക്കുകയും ചെയ്തിരുന്നു. അക്കരൈപത്തിലെ മുസ്ലിംകളിൽ അധികവും പഴയ മുക്കുവ കുടുംബങ്ങളുടെ താവഴിയാണ്."

അക്കരൈപത്തിലെ തെരുവുകളിലൂടെ നടക്കുമ്പോൾ ഒരു പഴയ മുസ്ലിം അധിവാസ കേന്ദ്രത്തിന്റെ ചൂര് അനുഭവിക്കാനാകും.

റോഡിനോട് ചേർന്ന് വലിയ ജുമാ മസ്ജിദ് ഉണ്ട്.

ധാരാളം വീടുകൾ.

വീടുകൾക്ക് വെളിയിൽ അറബി എഴുത്തുകൾ കാണാം.

ഗൾഫ് സ്വാധീനം ഈ ഗ്രാമത്തിലും അങ്ങിങ്ങ് കാണാനുണ്ട്. മുസ്ലിം സ്കൂളുകളിൽ പഠിക്കുന്ന കുട്ടികൾ മുഖമക്കന അണിഞ്ഞിരിക്കുന്നു. വളരെ ചെറിയ കുട്ടികൾപോലും പർദപോലെ നീണ്ട വസ്ത്രം അണിഞ്ഞിരിക്കുന്നു. സാരി ഉടുത്ത സ്ത്രീകളെ കാണാനേ ഇല്ല.

തട്ടുകടകൾക്ക് മുന്നിൽ അറേബ്യൻ ഭക്ഷണവിഭവങ്ങളുടെ ബോർഡുകൾ കാണാനുണ്ട്. കുഴിമന്തിയും മജ്ബൂസും കബ്സയുമൊക്കെ ശ്രീലങ്കയുടെ ഉൾനാടുകളിലും സുലഭമായിരിക്കുന്നു!

മത്സ്യ, മാംസക്കടകളും ബ്രോയിലർ കോഴിക്കടകളും പച്ചക്കറി മാർക്കറ്റും അങ്ങാടിയിൽ ധാരാളമായി കണ്ടു. ചില കടകളിൽ പ്രായം ചെന്ന കച്ചവടക്കാർ ഉണക്കമത്സ്യം വിൽക്കുന്നു. വളരെ വലിയ സ്രാവും തിരണ്ടിയും നിരത്തി വെച്ചിരിക്കുന്നു.

വൃത്തിഹീനമായ തെരുവിൽ അളിഞ്ഞ അവശിഷ്ടങ്ങളുടെ ഗന്ധമുണ്ട്. അങ്ങാടി തുടങ്ങുന്ന സ്ഥലത്ത് വലിയ കമാനം.

അതും കഴിഞ്ഞു നടന്നാൽ പിന്നെ വിശാലമായ കടലോരമായി.

നീണ്ട തെങ്ങുകൾ കടലിലേക്ക് ചാഞ്ഞു നിൽക്കുന്നു.

മീൻപിടിത്തക്കാരും മത്സ്യബന്ധനത്തിന് പോകുന്ന ചെറുതോണികളും യന്ത്രവത്കൃത ബോട്ടുകളും തീരങ്ങളിലെ പതിവ് കാഴ്ചകൾ.

സൗത്ത് ഈസ്റ്റേൺ സർവകലാശാല

ശീനി സൗത്ത് ഈസ്റ്റേൺ സർവകലാശാലയിൽ പൊളിറ്റിക്കൽ സയൻസ് പ്രഫസറായാണ് ജോലി ചെയ്യുന്നത്. യൂനിവേഴ്സിറ്റി കാണാൻ ആഗ്രഹമുണ്ടെന്ന് പറഞ്ഞപ്പോൾ ഞങ്ങളെയും കൂടെ കൂട്ടി.

ശ്രീലങ്കയിലെ തെരഞ്ഞെടുപ്പ് പ്രക്രിയ, ന്യൂനപക്ഷ രാഷ്ട്രീയം, ശ്രീലങ്കൻ ആഭ്യന്തരയുദ്ധം തുടങ്ങിയ വിഷയങ്ങളിൽ ഏതാനും പുസ്തകങ്ങൾ രചിച്ച ശീനി മുഹമ്മദ് ശ്രീലങ്കയിലെ വംശീയ രാഷ്ട്രീയത്തെക്കുറിച്ച് സംസാരിക്കാൻ ഏറെ താൽപര്യം കാട്ടി.

ഒളുവിൽ ഹാർബറിന് അടുത്താണ് സർവകലാശാല സ്ഥിതിചെയ്യുന്നത്.

ഈ സർവകലാശാല സ്ഥാപിക്കപ്പെട്ടതിനു പിന്നിൽ ശ്രീലങ്കൻ ആഭ്യന്തര യുദ്ധവുമായി ബന്ധപ്പെട്ട ഒരു ചരിത്രമുണ്ട്.

1990കളിൽ ജാഫ്നയിൽ എൽ.ടി.ടി.ഇയുടെ പ്രവർത്തനം ശക്തമായപ്പോൾ ജാഫ്ന സർവകലാശാലയെ അത് സാരമായി ബാധിച്ചു. അവിടെ പഠിക്കുന്ന മുസ്ലിം ന്യൂനപക്ഷ വിദ്യാർഥികളും അധ്യാപകരും സ്ഥാപനം വിട്ടുപോകേണ്ട അവസ്ഥയുണ്ടായി. ജാഫ്ന വിട്ടവർ അധികവും മുസ്ലിംകൾക്ക് ഭൂരിപക്ഷമുള്ള കിഴക്കൻ പ്രവിശ്യകളിലേക്കാണ് പോയത്. ജാഫ്നയിൽനിന്ന് വന്ന വിദ്യാർഥികൾക്ക് സർക്കാർ ബത്തിക്കലോവയിലുള്ള ഈസ്റ്റേൺ സർവകലാശാലയിൽ സൗകര്യം ചെയ്തുകൊടുത്തു.

എന്നാൽ ആ ഭാഗങ്ങളിലേക്കും ആഭ്യന്തര കലാപം വ്യാപിക്കു കയും തമിഴ്-മുസ്ലിം ഏറ്റുമുട്ടലുകൾ അവിടെയും നിത്യസംഭവമാവു കയും ചെയ്തു. വീണ്ടും കുടിയേറ്റക്കാരായ വിദ്യാർഥികളുടെ പഠനം വഴിമുട്ടി. ഈ സന്ദർഭത്തിലാണ് ന്യൂനപക്ഷങ്ങൾക്ക് മുൻതൂക്കമുള്ള മേഖലയിൽ അവർക്ക് സുരക്ഷിതമായി പഠിക്കാൻ ഒരു സർവകലാ ശാല അനുവദിക്കാൻ ശ്രീലങ്കൻ സർക്കാർ തീരുമാനിച്ചത്.

1995ൽ സർവകലാശാല നിലവിൽ വന്നു.

ഭൗതിക സൗകര്യങ്ങൾകൊണ്ടും ഫാക്കൽറ്റികൊണ്ടും ശ്രീല ങ്കയിലെ മികച്ച സർവകലാശാലകളിൽ ഒന്നായി മാറാൻ കുറഞ്ഞ കാലം കൊണ്ട് ഈ സർവകലാശാലക്ക് കഴിഞ്ഞിട്ടുണ്ട്.

മനോഹരമാണ് കാമ്പസ്.

ഭംഗിയുള്ള കെട്ടിടങ്ങളും മരങ്ങളും പൂക്കളും നിറഞ്ഞ അന്തരീക്ഷ വും കാമ്പസ് ചേതോഹരമാക്കുന്നു.

ജാമിഅ മില്ലിയ്യയിലെയോ അലീഗഢിലെയോ പോലെ മുസ്ലിം വിദ്യാർഥികളെയാണ് കൂടുതലും കാണാനുള്ളത്.

സിംഹളരും തമിഴരും വളരെ കുറവ്.

പൊളിറ്റിക്കൽ സയൻസ് ഡിപ്പാർട്മെന്റ് മേധാവി എം.എം. ഫാസിൽ ആണ് ഞങ്ങളെ സ്വീകരിച്ചത്. അബ്ദുൽ ജബ്ബാർ, ഫൗസർ തുടങ്ങിയ അധ്യാപകരും ഞങ്ങളെ സന്തോഷത്തോടെ സ്വീകരിച്ചു. പരിചയപ്പെട്ട ഉടനെ ഞങ്ങൾ ശ്രീലങ്കൻ രാഷ്ട്രീയവുമായി ബന്ധപ്പെട്ട ചർച്ചയിൽ മുഴുകി.

സർക്കാർ രേഖകളിൽ ശ്രീലങ്കൻ മുസ്ലിംകൾ ഇപ്പോഴും 'മൂറുകൾ' എന്ന് വിശേഷിപ്പിക്കപ്പെടുന്നത് എന്തുകൊണ്ടാണെന്ന എന്റെ ചോദ്യമാണ് ചർച്ചക്ക് വഴിമരുന്നായത്.

"പോർച്ചുഗീസുകാർ ആണ് ഇന്ത്യയിലെയും ശ്രീലങ്കയിലെയും മുസ്ലിംകളെ മൂറുകൾ എന്ന് ആദ്യമായി വിളിച്ചത്. സത്യത്തിൽ അതൊരു വംശനാമമല്ല. ഇസ്ലാമിക വിശ്വാസ, ആചാരങ്ങൾ പിന്തു ടരുന്നവരെയാണ് മൂറുകൾ എന്ന് പോർച്ചുഗീസുകാർ വിളിച്ചത്"

പ്രഫസർ ഫാസിൽ അഭിപ്രായപ്പെട്ടു.

"അപ്പോൾ തമിഴ് മുസ്ലിംകളുടെ വംശീയ അടിത്തറ എന്താണ്? അവർ അറബികളിൽനിന്ന് ഉണ്ടായവരാണോ? അതോ പൂർണമായും തദ്ദേശീയരാണോ?"

"വളരെ പ്രാചീനകാലം തൊട്ടു തന്നെ അറബികൾക്ക് സിലോണുമായി ബന്ധമുണ്ടെങ്കിലും അറബികളിലൂടെയല്ല മുസ്ലിം

വംശം ശ്രീലങ്കയിൽ എത്തുന്നത്. മറിച്ച് ഇന്ത്യയിൽ നിന്നാണ്. വിശേഷിച്ചും ദക്ഷിണേന്ത്യയിൽനിന്ന്. മരക്കാർ, മാപ്പിള, മേമൻ, പത്താൻ തുടങ്ങിയ വ്യാപാരി സമൂഹങ്ങൾ മുഖാന്തരമാണ് ഇവിടെ മുസ്ലിം സമുദായം രൂപപ്പെടുന്നത്. അറബ് ഒറിജിൻ ആണെന്ന ഒരു വാദം ഉയർത്തപ്പെടുന്നുണ്ടെങ്കിലും അത് വസ്തുതാപരമല്ല"

പ്രഫസർ ജബ്ബാർ പറഞ്ഞുനിർത്തിയപ്പോൾ ശീനി ഒരു സംഭവം എടുത്തിട്ടു.

റിസാന നഫീക് എന്ന് പേരുള്ള ഒരു ശ്രീലങ്കൻ പെൺകുട്ടി സൗദിയിൽ വധശിക്ഷക്ക് വിധിക്കപ്പെടുകയുണ്ടായി. വീട്ടുജോലിക്കാരിയായ ആ കുട്ടിക്ക് തമിഴ് മാത്രമേ അറിയുമായിരുന്നുള്ളു.

അവളുടെ വാദം കേൾക്കുമ്പോൾ മലയാളിയായ പരിഭാഷകനെ കോടതി ഹാജരാക്കിയിരുന്നു. അയാൾക്ക് ആകട്ടെ തമിഴും അറിയില്ല.

പെൺകുട്ടി താൻ അറബ് വംശജയാണെന്നാണ് കോടതിയിൽ വാദിച്ചത്.

മുസ്ലിം ആണ് താൻ എന്നായിരിക്കാം കുട്ടി ഉദ്ദേശിച്ചത്.

എന്തായാലും ഇത് ചരിത്ര വസ്തുതകൾക്ക് നിരക്കുന്നതല്ല എന്ന് പറഞ്ഞ് കോടതി വാദം തള്ളി. കുട്ടിക്ക് ശിക്ഷയിൽ ഇളവു കിട്ടിയില്ല.

സൗദി കോടതിയിൽ ഇപ്പോൾ ഉണ്ടായ ചർച്ച ഒരു നൂറ്റാണ്ടു മുന്നേ ശ്രീലങ്കയിൽതന്നെ നടന്നിരുന്നു.

1885ൽ സിലോൺ ലജിസ്ലേറ്റിവ് കൗൺസിലിൽവെച്ച് സർ പൊന്നമ്പലം രാമനാഥൻ നടത്തിയ ചരിത്രപ്രധാനമായ ഒരു പ്രസംഗത്തിലാണ് ശ്രീലങ്കൻ മുസ്ലിംകൾ വംശപരമായി പരിവർത്തനം ചെയ്യപ്പെട്ട കീഴ്ജാതി തമിഴ് ഹിന്ദുക്കൾ ആണെന്ന് വാദിച്ചത്. മതപരമായി മുസ്ലിംകൾ ആണെങ്കിലും മൂറുകൾ തമിഴ് വംശജർ തന്നെയാണെന്ന് രാമനാഥൻ വാദിച്ചു.

മുസ്ലിംകൾക്ക് പ്രത്യേകം സംവരണം നൽകേണ്ടതില്ല എന്ന് സമർഥിക്കാനായിരുന്നു ഈ വാദം.

തമിഴ് സംസാരിക്കുന്ന മുസ്ലിംകൾ സാംസ്കാരികമായും തമിഴർ തന്നെയാണ്. അവർ വിവാഹത്തിന് താലി കെട്ടുന്നു, സ്ത്രീകൾ സാരി ഉടുക്കുന്നു, പാച്ചോർ തിന്നുന്നു, പെരിയ മരക്കാർ എന്നും ചിന്ന ലബ്ബ എന്നും തമിഴ് പേരുകൾ സ്വീകരിക്കുന്നു

ഇതായിരുന്നു രാമനാഥന്റെ വാദം.

"അത് തന്നെയല്ലേ സത്യം? ഇന്ത്യയുടെ മുൻ പ്രസിഡന്റ് എ.പി.

ജെ. അബ്ദുൽ കലാമും ലോകപ്രശസ്ത സംഗീതജ്ഞൻ എ.ആർ. റഹ്മാനും മുസ്ലിംകളും തമിഴരുമല്ലേ. മുസ്ലിം ആണെന്നതുകൊണ്ട് തമിഴ് സ്വത്വത്തിൽനിന്ന് പുറത്താകുമോ?"

ഞാൻ ചോദിച്ചു.

ചർച്ച ചൂട് പിടിച്ചു.

പ്രഫസർ അബ്ദുൽ ജബ്ബാർ ഇടപെട്ടു.

അദ്ദേഹം അറബ് ഒറിജിൻ ആണ് മൂറുകൾ എന്ന വാദം കടന്നു വന്ന ചരിത്രത്തിലേക്ക് ചർച്ച വഴിതിരിച്ചുകൊണ്ടുപോയി.

"1907ൽ മൂർസ് യൂനിയൻ പ്രസിഡന്റ് ആയിരുന്ന ഐ.എൽ. എം. അബ്ദുൽ അസീസ് ആണ് ശ്രീലങ്കൻ മുസ്ലിംകൾ അറബ് വംശജരായ വ്യാപാരികളുടെ പിന്മുറക്കാരാണെന്നും ഹാഷിം കുടുംബ പരമ്പരയിൽപെട്ടവർ ആണെന്നുമുള്ള വാദം ഉന്നയിച്ചത്. എന്നാൽ എന്തുകൊണ്ട് അറബി സംസാരിക്കുന്ന ഒരാൾപോലും ശ്രീലങ്കൻ മുസ്ലിംകളിൽ നിന്നുണ്ടായില്ല എന്ന ചോദ്യത്തിന് അദ്ദേഹത്തിന് ഉത്തരം ഉണ്ടായിരുന്നില്ല.

പിന്നീട് ചരിത്രപണ്ഡിതന്മാരായ മിരാഖ് രഹീം, ഖാദിരി ഇസ്മായിൽ തുടങ്ങിയവർ അറബ് വ്യാപാരികൾക്ക് തമിഴ് അറിയാമായിരുന്നു എന്നും അവരുടെ ഭാര്യമാർ തമിഴ് സ്ത്രീകൾ ആയിരുന്നു എന്നും അങ്ങനെയാണ് ആദിമ മൂറുകളുടെ മാതൃഭാഷ തമിഴ് ആയതെന്നുമുള്ള വാദങ്ങൾ മുന്നോട്ടുവെച്ചു."

"മുസ്ലിംകളെ സ്വതന്ത്രമായ ഒരു വംശീയ വിഭാഗമായി സർക്കാർ അംഗീകരിച്ചതിന് പിന്നിൽ രാഷ്ട്രീയമില്ലേ? ശ്രീലങ്കയിലെ തമിഴ് വംശജരുടെ ഐക്യം തകർത്ത് വിള്ളലുണ്ടാക്കുക എന്ന ലക്ഷ്യം ഉണ്ടായിക്കൂടെ?"

ഞാൻ വീണ്ടും ചോദിച്ചു.

"മുസ്ലിംകൾ വംശീയമായി തമിഴർ ആണെന്ന് സമ്മതിച്ചാൽ തന്നെയും മുസ്ലിംകൾ എന്ന നിലയിൽ അവർക്ക് സ്വന്തമായ സാംസ്കാരിക അസ്തിത്വമുണ്ട്. തമിഴ് ലിപി ഉപയോഗിച്ചുള്ള ഭാഷ ഉണ്ട്, അതിൽ തമിഴിൽ ഇല്ലാത്ത പദങ്ങൾ ഉണ്ട്, വിശ്വാസാചാരങ്ങൾ തമിഴരിൽനിന്നും ഭിന്നമാണ്, വേഷങ്ങളിൽ മാറ്റം ഉണ്ട്. അപ്പോൾ ഭൂരിപക്ഷമായ ഹിന്ദു തമിഴർക്ക് ഒപ്പം നിലനിൽക്കുന്നതിനെക്കാൾ പ്രായോഗികമായി ഒരു ന്യൂനപക്ഷമായി വേറിട്ട് നിൽക്കുകയാണ് ബുദ്ധിപരം എന്ന് മുസ്ലിം നേതാക്കൾ കരുതിയിരിക്കാം."

സിംഹള മേധാവിത്വമുള്ള രാഷ്ട്രീയ പാർട്ടികൾ മുസ്ലിംകളെ പ്രീണിപ്പിക്കാൻ ശ്രമിച്ചിട്ടുണ്ട് എന്നത് തള്ളിക്കളയാനാകാത്ത ഒരു സത്യമാണ്. സിംഹള പാർട്ടികളായ യുണൈറ്റഡ് നാഷനൽ പാർട്ടിയും ശ്രീലങ്കൻ ഫ്രീഡം പാർട്ടിയും മുസ്ലിംകൾക്ക് രാഷ്ട്രീയമായ അവസരങ്ങളും ഭരണപങ്കാളിത്തവും നൽകി കൂടെ നിർത്തിയത് തമിഴ് വംശീയ വാദത്തെ തടുക്കുക എന്ന ലക്ഷ്യത്തോടെ തന്നെ യായിരുന്നു.

തെക്കും വടക്കും പ്രവിശ്യകളിലെ മുസ്ലിംകൾക്ക് അത് രാഷ്ട്രീ യമായും സാമ്പത്തികമായും ഗുണമാവുകയും ചെയ്തു. അവിടങ്ങളിൽ സുരക്ഷിതമായി ജീവിക്കാനും വ്യാപാര രംഗത്ത് ഉയരാനും അവർക്ക് സാധിച്ചു.

എന്നാൽ തമിഴരുമായി സംഘർഷം നിലനിന്ന കിഴക്കൻ പ്രവി ശ്യയിൽ അത് പ്രതികൂലമായാണ് ബാധിച്ചത്. അവിടെ സിംഹളർ അശക്തരുമായിരുന്നു. 1980ൽ കിഴക്കൻ പ്രവിശ്യയിൽ ശ്രീലങ്കൻ മുസ്ലിം കോൺഗ്രസ് രൂപവത്കരിക്കപ്പെട്ടു.

പതുക്കെ മതപരവും സാമുദായികവുമായ സംഘാടനത്തിലൂടെ മുസ്ലിംകളിൽ ഉണ്ടായ നവജാഗരണവും സ്വത്വ രാഷ്ട്രീയവും തമിഴരിൽ ആശങ്ക സൃഷ്ടിച്ചിരിക്കാം. കിഴക്കൻ പ്രവിശ്യകളിൽ പിന്നീട് നടന്ന തമിഴ്-മുസ്ലിം സംഘർഷങ്ങളുടെ രാഷ്ട്രീയ പശ്ചാത്തലം ഇതാണ്.

രാഷ്ട്രീയ ചർച്ചകൾക്ക് വിരാമംകുറിച്ചത് ചായ കുടിയാണ്.

അപ്പോഴേക്കും മറ്റു വിഭാഗങ്ങളിലെ ചില അധ്യാപകരും ഞങ്ങളെ പരിചയപ്പെടാൻ വന്നിരുന്നു.

ചായ സൽക്കാരം കഴിഞ്ഞ് ഞങ്ങൾ വിശാലമായ സർവകലാ ശാല ലൈബ്രറി കാണാൻ പോയി.

മൂന്ന് നിലകളിലുള്ള മികച്ച ലൈബ്രറി.

തമിഴ്, ഇംഗ്ലീഷ്, അറബിക് ഭാഷകളിൽ പതിനായിരക്കണക്കിന് പുസ്തകങ്ങൾ ഇവിടെയുണ്ട്. കിഴക്കൻ സിലോണിന്റെ പ്രാചീന ചരി ത്രത്തെക്കുറിച്ചുള്ള ഒരു പുസ്തകം കൈയിൽ കിട്ടി. നല്ല പടങ്ങൾകൂടി ചേർത്ത ആ പുസ്തകത്തിൽ ഈ ഭാഗങ്ങളിൽ നിലനിന്നിരുന്ന പല ആചാരങ്ങളെയും സംസ്കാരങ്ങളെയും കുറിച്ച് പഠനമുണ്ട്.

പ്രസവം, ആൺകുട്ടികളുടെ സുന്നത്ത്, കാതുകുത്ത്, വിവാഹം, മരണം തുടങ്ങിയവയുമായി ബന്ധപ്പെട്ട ആചാരങ്ങൾ, മാമൂലുകൾ എന്നിവയും പഴയ വസ്ത്രധാരണ രീതികളും അതിൽ മനോഹരമായി വരച്ചുകാട്ടുന്നു. മലബാറിൽനിന്ന് വാലറ്റുപോയ സാംസ്കാരത്തിന്റെ പകർപ്പ് തന്നെയാണിതെന്ന് എളുപ്പം ബോധ്യമായി.

കലാശാല സന്ദർശനം കഴിഞ്ഞ ശേഷം ശീനിയുടെ കാറിൽ ഒളുവിൽ തുറമുഖം കാണാൻ പോയി. കോടികൾ മുതലിറക്കി ഉണ്ടാക്കിയ ഈ ഫിഷിങ് ഹാർബർ പാഴാണെന്ന് ശീനി പറഞ്ഞു. സർക്കാർ ഉദ്ദേശിച്ച പദ്ധതികൾ ചീറ്റിപ്പോയി. ഒടുവിൽ ജനങ്ങളുടെ കണ്ണിൽ പൊടിയിടാൻ ചെറിയ തോതിലുള്ള മത്സ്യബന്ധനത്തിന് തുറന്നുകൊടുത്തിരിക്കുകയാണ് ഈ ഹാർബർ.

മക്കത്താർ വാപ്പ

അക്കരൈപത്ത് തെരുവിൽ മക്കത്താർ എന്നെഴുതിവെച്ച ചൂണ്ടുപലക കണ്ടു.

മെയിൻ റോഡിൽ നിന്ന് നൂറു മീറ്റർ ഉള്ളോട്ടു മാറി പള്ളിപോലെയുള്ള ഒരു ചെറിയ കെട്ടിടവും കാണാനുണ്ട്. അന്വേഷിച്ചപ്പോൾ അതൊരു സൂഫി ശൈഖിന്റെ കേന്ദ്രം ആണെന്ന് അറിഞ്ഞു. സംഭവം എന്താണെന്ന് കണ്ടുകളയാമെന്നോർത്ത് ഞങ്ങൾ അങ്ങോട്ട് ചെന്നു നോക്കി.

ഒട്ടും ആർഭാടങ്ങൾ ഇല്ലാത്ത ഒരു കെട്ടിടത്തിന്റെ മുറ്റത്തെ തറയിൽ പായ വിരിച്ച് കുറച്ചുപേർ വട്ടംകൂടി ഇരിക്കുന്നു.

ഇരിക്കുന്നവരിൽ ആണുങ്ങളും പെണ്ണുങ്ങളും ഉണ്ട്.

ഞങ്ങൾ അനുവാദം ചോദിച്ച് കൂട്ടത്തിൽ ഇരുന്നു.

ആ സദസ്സിന്റെ നടുവിൽ ഇരിക്കുകയായിരുന്ന, നരച്ച താടിയും നീണ്ട തലയിൽകെട്ടുമുള്ള വൃദ്ധൻ ചിരിച്ചുകൊണ്ട് എണീറ്റ് വന്നു കൈ തന്നു. അയാൾ എവിടെനിന്നാണ്, എന്താണ് വന്നത് എന്നൊക്കെ ചോദിച്ചു.

ജൂബക്ക് മേലെയായി അദ്ദേഹത്തിന്റെ കഴുത്തിൽ ഒരു രുദ്രാക്ഷ മാല തൂങ്ങിയാടുന്നു. നല്ല നീളമുള്ള കാവി ജൂബയും മുണ്ടുമാണ് വേഷം.

താടിയും മുടിയും നരച്ചിട്ടുണ്ട്.

അയാൾ സംസാരിക്കുമ്പോൾ പ്രത്യേകമായ ഒരു ഗന്ധം പരക്കുന്നപോലെ തോന്നി.

ഇദ്ദേഹമാണ് ഖുതുബുശൈഖ് അസ്സയ്യിദ് ഖലീഫത്തുൽ ഹല്ലാജ് അബ്ദുൽ മജീദ് മക്കത്താർ. മക്കത്താർ വാപ്പ എന്നാണ് അറിയപ്പെടുന്നത്.

ഇദ്ദേഹത്തിന്റെ അനുയായികൾ ശൈഖിനെ "വാപ്പ"'എന്നും തിരിച്ച് അദ്ദേഹം അവരെ "പിള്ളെളകൾ" എന്നുമാണ് സംബോധന ചെയ്യുന്നത്.

ഇദ്ദേഹം പൂർവാശ്രമത്തിൽ ഒരു വിദ്യാലയത്തിലെ ചിത്രകലാധ്യാപകനും നാടക നടനുമായിരുന്നു.

ആന്ത്രോത്ത് ദ്വീപിലെ സൂഫി ഗുരുവായ ഖുതുബുൽ അഖ്താബ് ഹല്ലാജ് അൽ മൻസൂർ കൂടക്കൂടെ അക്കരൈപത്തിൽ വരാറുണ്ടായിരുന്നുവത്രെ.

അങ്ങനെയാണ് മക്കത്താരെ കാണുന്നത്.

പതിയെ ഹല്ലാജ് മൻസൂർ ശ്രീലങ്കയിലെ തന്റെ ഖലീഫയായി മജീദ് വാപ്പയെ നിയമിക്കുകയായിരുന്നു.

അദ്ദേഹം അക്കരൈപത്തിൽ ഒരു ചെറിയ കെട്ടിടം പണികഴിപ്പിച്ചു. അവിടെവെച്ച് സന്ദർശകരെ സ്വീകരിക്കാൻ തുടങ്ങി. അത്യാവശ്യം തൽസമാത്തും (അറബി മാന്ത്രിക ചികിത്സ) ആരംഭിച്ചു.

ചെറുപ്പക്കാരായ, താടി വെച്ച ഏതാനും യുവാക്കൾ മുട്ടുകാൽ ഉയർത്തിവെച്ച് മറുകാൽ മടക്കി കൂട്ടത്തിൽ ഇരിക്കുന്നുണ്ടായിരുന്നു.

അവർ ഭവ്യതയോടെ ശൈഖ് മൊഴിയുന്ന വാക്കുകളിലേക്ക് ഉറ്റുനോക്കുകയാണ്.

പല ആവശ്യങ്ങൾക്ക് വേണ്ടി വന്നിട്ടുള്ള മുരീദുകൾക്ക് ശൈഖ് നൽകുന്ന ആത്മീയ ഉപദേശങ്ങൾ യുവാക്കളിൽ ചിലർ കുറിച്ച് വെക്കുന്നുണ്ട്.

ആത്മീയ ഉപദേശങ്ങൾ മാത്രമല്ല, ചൊട്ടു ചികിത്സകളും ശൈഖ് നൽകുന്നുണ്ടെന്ന് തോന്നി.

ആ യുവാക്കൾ മക്കത്താർ നടത്തുന്ന പാഠശാലയിലെ വിദ്യാർഥികൾ ആയിരുന്നു.

മക്കത്താർ വാപ്പയുമായി അൽപനേരം സംസാരിച്ചു. ഇംഗ്ലീഷും അറബിയുമൊക്കെ സാമാന്യം നന്നായി സംസാരിക്കും. ആത്മജ്ഞാനത്തെ പറ്റിയാണ് അദ്ദേഹം ചില കാര്യങ്ങൾ പറഞ്ഞത്.

"നിയമങ്ങളും ആചാരങ്ങളും ആത്മജ്ഞാനത്തിലേക്കുള്ള വഴികൾ മാത്രമാണ്. ജ്ഞാനികൾക്ക് നിയമവട്ടങ്ങൾ ബാധകമല്ല."

അടുത്ത് നിൽക്കുന്ന ഒരു സ്ത്രീയുടെ തോളിൽ തട്ടി അദ്ദേഹം പറഞ്ഞു

"നോക്കൂ... സ്ത്രീകളും ഈ സദസ്സിലുണ്ട്. അന്യസ്ത്രീകളെ തൊടാൻ പാടില്ലെന്ന് മതനിയമങ്ങളിൽ പറയുന്നത് ഭക്തിരഹിതമായ സാഹചര്യത്തിൽ മാത്രമാണ്. മക്കയിലെ ഹറം ഷരീഫിൽ അന്യസ്ത്രീപുരുഷന്മാർ ഇടകലരുന്നില്ലേ?. എന്താ കാര്യം, അവിടെ ഭക്തിയുണ്ട്. ജ്ഞാനമുണ്ട്. നിങ്ങൾക്ക് ജ്ഞാനമില്ലെങ്കിൽ, നിയമം ആവശ്യമുണ്ട്"

തത്വവിചാരങ്ങൾ കേട്ടപ്പോൾ അദ്ദേഹം ജ്ഞാനിയായ സൂഫി ഗുരു തന്നെയാണെന്ന് തോന്നി.

സൂഫിയെ ദർശിച്ച് പുറത്തു വന്ന ശേഷം അടുത്ത് കണ്ട ഒരു ചായക്കടയിൽ കയറി ചൂടുള്ള സിലോൺ സുലൈമാനി ഒരു ഗ്ലാസ് കുടിച്ചു.

ഞങ്ങൾ മക്കത്താർ വാപ്പയെ കണ്ട് അനുഗ്രഹം വാങ്ങാൻ വന്നവരാണെന്നാണ് കടക്കാർ കരുതിയത്.

സുലൈമാനി കുടിക്കുന്നതിനിടെ, കുശലം പറഞ്ഞുകൊണ്ടിരുന്ന ഒരാൾ 'വാപ്പ'യെ കുറിച്ചും വാചാലനായി.

"വലിയ സിദ്ധി ഒക്കെയുള്ള പേരുകേട്ട ശൈഖ് ആണ്. വൃക്ക, കരൾ രോഗങ്ങൾ പിടിപെട്ടവർ ദൂരെ നിന്ന് ഇവിടെ ചികിത്സക്ക് എത്തുന്നുണ്ട്. ഇദ്ദേഹത്തെ കുറിച്ച് ദർശനം ഉണ്ടായി ആന്ത്രോത്ത് നിന്ന് എത്തിയ സൂഫി ഹല്ലാജ് അവർകൾ വാപ്പയെ ഖലീഫയായി വാഴിക്കുകയായിരുന്നു. പ്രവാചക കുടുംബത്തിൽ യമനി താവഴിയിൽ പെട്ട മഹാനാണ് ശൈഖ്"

അയാൾ പറയുന്നതൊക്കെ ഞാൻ തലകുലുക്കി കേട്ടു.

"ഇയാൾ പറയുന്നതൊന്നും നിങ്ങൾ വിശ്വസിക്കണ്ട കേട്ടോ. ഒരു സ്കൂൾ അധ്യാപകനായ അയാൾക്ക് ഒരു സിദ്ധിയുമില്ല. കഞ്ചാവടിച്ച് ഓരോന്ന് പറഞ്ഞ് ആൾക്കാരെ പറ്റിക്കുകയാണ്. ഇതൊക്കെ കേട്ടു വിശ്വസിക്കാൻ കുറെ വിഡ്ഢികളായ മനുഷ്യരും..."

അതോടെ ചായക്കടയിൽ 'സീനാ'യി.

'വാപ്പ'യെ കാണാൻ വരുന്നവർ കണ്ടു പോകുന്നതിൽ തനിക്കെന്താ എന്ന് ചായക്കടക്കാരൻ അയാളോട് കയർത്തു.

എന്നാൽ 'വാപ്പ'യെ വിമർശിച്ച ആൾക്കും സപ്പോർട്ട് ഉണ്ട്.

ഞങ്ങൾ ആ വഴക്ക് ആസ്വദിച്ചു ചിരിച്ചു.

അക്കരൈപത്തിലും അമ്പാറയിലെ മറ്റു പ്രദേശങ്ങളിലും കഴിഞ്ഞ ഒന്നൊന്നര പതിറ്റാണ്ടിലേറെയായി സജീവമായി നടക്കുന്ന തർക്കങ്ങളുടെ ഒരു ചെറുചിത്രമാണ് ഈ ചായക്കടയിൽ നടന്നത് എന്ന്

പിന്നീട് മനസ്സിലായി. പാരമ്പര്യ സൂഫി വിശ്വാസങ്ങളെ എതിർക്കുന്ന പ്യൂരിറ്റൻ സംഘടനകൾ ഇപ്പോൾ അവിടങ്ങളിൽ സജീവമാണ്. വിവിധ സലഫി ഗ്രൂപ്പുകൾ, ജമാഅത്തെ ഇസ്ലാമി, തബ്ലീഗ്, തൗഹീദ് ജമാഅത്ത് തുടങ്ങിയ സംഘടനകൾ സൂഫികളെ എതിർക്കുന്നു. പ്രബോധന, പ്രചാരണ പരിപാടികൾ സംഘടിപ്പിക്കുന്നു. അത് ചിലേടങ്ങളിൽ അടിപിടികൾക്കും സംഘർഷങ്ങൾക്കും വരെ കാരണമാകുന്നുണ്ട്.

വംശീയതയുടെ കനലുകൾ

ശ്രീലങ്കയിൽ നിന്ന് മടങ്ങുമ്പോൾ കിഴക്കൻ പ്രവിശ്യയിൽ രൂപാന്തരപ്പെട്ടുകഴിഞ്ഞ അപ്രസന്നമായ അനുഭവങ്ങളാണ് മനസ്സിനെ മഥിച്ചുകൊണ്ടിരിക്കുന്നത്.

തമിഴ് വംശീയതയെ അമർത്തിയ ശ്രീലങ്കൻ ഭരണകൂടംതന്നെ ഇപ്പോൾ സിംഹള വംശീയവാദത്തിന്റെ കനലുകൾ ഊതിക്കത്തിച്ചുകൊണ്ടിരിക്കുകയാണോ എന്ന് ആശങ്കപ്പെടുത്തുന്നതാണ് പുതിയ സാഹചര്യം.

ശ്രീലങ്കയുടെ മാറിയ സാമൂഹികാവസ്ഥ സൂക്ഷ്മമായി വിലയിരുത്തുമ്പോൾ പുതിയ സാഹചര്യം രൂപപ്പെടുത്തുന്നതിൽ ഏതെങ്കിലും ഒരു വിഭാഗത്തെ മാത്രം ഒറ്റതിരിഞ്ഞു കുറ്റപ്പെടുത്തുന്നത് നീതിയല്ലെന്നു തോന്നുന്നു. തമിഴ് വംശജർക്കും സിംഹളർക്കും മുസ്ലിംകൾക്കും ഏറിയും കുറഞ്ഞും ഇതിൽ പങ്കുണ്ട്.

തമിഴ് സംസാരിക്കുന്ന, തമിഴ് സാംസ്കാരിക വേരുകളുള്ള ശ്രീലങ്കൻ മുസ്ലിംകളെ അവരുടെ തമിഴ് സ്വത്വത്തിൽനിന്ന് മാറ്റിനിർത്തിയതാണ് എൽ.ടി.ടി.ഇ ചെയ്ത ഏറ്റവും വലിയ ഒരു തെറ്റ്. മുസ്ലിംകളെ കൂടെ നിർത്തുകയും അവരുടെ സവിശേഷ സാംസ്കാരിക വ്യക്തിത്വം അംഗീകരിക്കുകയും ചെയ്യുന്നതിന് പകരം തമിഴ്മേഖലകളിൽനിന്ന് ആട്ടിയോടിച്ചത് തമിഴ് സാംസ്കാരികതയെ അഭിമാനപൂർവം ഏറ്റുപറയുന്നതിൽ നിന്ന് മുസ്ലിംകളെ ബഹുദൂരം അകറ്റി.

ഈ തെറ്റ് പിന്നീട് പ്രഭാകരൻ തിരുത്തുകയും മുസ്ലിം വിരുദ്ധ കുടിയൊഴിപ്പിക്കലുകളിൽ മാപ്പ് ചോദിക്കുകയും ചെയ്തുവെങ്കിലും അത് വളരെ വൈകിപ്പോയിരുന്നു.

ഈ സാഹചര്യം ഏറ്റവും നന്നായി മുതലെടുത്തത് വലതുപക്ഷ സിംഹള രാഷ്ട്രീയ പാർട്ടികളാണ്.

അവർക്ക് ആധിപത്യമുള്ള മേഖലകളിൽ അവർ മുസ്ലിംകളെ കൂടെ നിർത്തി. രാഷ്ട്രീയ പ്രാതിനിധ്യം നൽകി. മുസ്ലിംകളുടെ സാമ്പത്തികവും വിദ്യാഭ്യാസപരവുമായ വളർച്ചക്ക് സഹായകരമായ നയങ്ങൾ സ്വീകരിച്ചു.

അവിടങ്ങളിൽ തമിഴിനു പകരം ഇംഗ്ലീഷ് മീഡിയം സ്കൂളുകൾ പ്രോത്സാഹിപ്പിക്കുകയും തമിഴ് സാംസ്കാരിക വേരുകൾ ഇല്ലാതാക്കാൻ ശ്രമിക്കുകയും ചെയ്തു.

മുസ്ലിംകളുടെ തമിഴ് സ്വത്വത്തിനു പകരം 'മൂർ' എന്ന ഒരു നവസാംസ്കാരിക സ്വത്വം ശ്രീലങ്കയിൽ വളർത്തികൊണ്ടുവരാൻ സിംഹള വലതുപക്ഷം ബോധപൂർവം ശ്രമിച്ചിട്ടുണ്ട്. മുസ്ലിംകൾ ആകട്ടെ അത് രാഷ്ട്രീയമായി മുതലെടുക്കുകയും ചെയ്തു.

ജാഫ്നയിലും മറ്റ് തമിഴ് ഭൂരിപക്ഷ മേഖലകളിലും മുസ്ലിംകൾക്കെതിരെ എൽ.ടി.ടി.ഇ പ്രശ്നങ്ങൾ ഉണ്ടാക്കിയപ്പോൾ അവർക്ക് സിംഹള അധിവാസ മേഖലകളിൽ സുരക്ഷിതത്വം കിട്ടിയിരുന്നു. ആഭ്യന്തരയുദ്ധകാലത്ത് മുസ്ലിം പള്ളികളിൽ ബുദ്ധ വിശ്വാസികളുടെ സംരക്ഷണത്തിൽ പ്രാർഥന നടന്ന അനുഭവങ്ങൾ ഉണ്ടായിട്ടുണ്ട്.

ഇതിന്റെ മറുവശം,

തമിഴ് സ്വത്വത്തിൽനിന്ന് കുടിയിറക്കപ്പെട്ട മുസ്ലിംകൾ മതപരമായ സ്വത്വത്തിലേക്ക് ചുരുണ്ട് കൂടാൻ തുടങ്ങി എന്നതാണ്.

അമേരിക്കൻ ആന്ത്രപ്പോളജിസ്റ്റായ ഡന്നിസ് മഗ്ഗിൽബറിയെ പോലുള്ളവർ ഈ പ്രവണത പ്രത്യേകം പഠനവിധേയമാക്കിയിട്ടുണ്ട്. ചിഹ്നങ്ങളിലും ആചാരങ്ങളിലും തീവ്രമായ മതാത്മകതയിലേക്ക് ശ്രീലങ്കൻ മുസ്ലിംകൾ പ്രത്യേകിച്ച് കിഴക്കൻ പ്രവിശ്യകളിലെ മുസ്ലിംകൾ ഇന്ന് മാറിയിട്ടുണ്ട്. മുഖം മൂടി അണിഞ്ഞ സ്ത്രീകളെയും അറബികളെ പോലെ വസ്ത്രം അണിയുന്ന പുരുഷന്മാരെയും കിഴക്കൻ പ്രവിശ്യകളിൽ ധാരാളമായി കാണാം.

അവരുടെ അയൽക്കാരായ തമിഴ് സുഹൃത്തുക്കളുമായുള്ള ബന്ധം പൂർണമായും വിച്ഛേദിക്കപ്പെട്ടു. ആഘോഷങ്ങളിൽപോലും ഇപ്പോൾ പരസ്പരം പങ്കെടുക്കാറില്ലെന്ന് അക്കരൈപത്തിലെ ചില മുസ്ലിംകൾ പറയുകയുണ്ടായി.

ഈ പഴുതിൽ മതതീവ്രവാദ, അനുഷ്ഠാന തീവ്രവാദ സംഘങ്ങൾ പരമാവധി ഇരപിടിച്ചു. പ്യൂരിറ്റൻ മതാത്മകതയുടെ ഹബ്ബ് ആയി ചില ശ്രീലങ്കൻ പ്രദേശങ്ങൾ മാറിയത് അങ്ങനെയാണ്. കേരളത്തിൽ

നിന്ന് പലായനം ചെയ്തുപോയ ചില ചെറുപ്പക്കാർ യമനിലേക്കും സിറിയയിലേക്കും പോയത് ശ്രീലങ്കയിലെ ചില സലഫിസ്റ്റ് കേന്ദ്രങ്ങൾ വഴിയാണെന്നത് ചേർത്തുവായിക്കാവുന്നതാണ്.

ശ്രീലങ്കൻ സർക്കാർ മുസ്ലിംകൾക്ക് വേണ്ടി ഒരു സർവകലാശാല ഉണ്ടാക്കികൊടുത്തതിനെ പറ്റി സൂചിപ്പിച്ചുവല്ലോ. മുസ്ലിം സ്കൂളുകൾക്കും സർക്കാർ കൈയഴിഞ്ഞ പ്രോത്സാഹനം നൽകിയിട്ടുണ്ട്. ഇത് അവരുടെ വിദ്യാഭ്യാസ വളർച്ചക്ക് പോഷണമായെങ്കിലും പ്രതിലോമകരമായ സ്വത്വവാദത്തിനും അത് മരുന്നിട്ടിട്ടുണ്ട്.

ഇതുവഴിയൊക്കെ പുതിയ തരത്തിലുള്ള മത-സമുദായ രൂപവത്കരണം നടന്നതോടെ മുസ്ലിംകൾ സ്വന്തം രാഷ്ട്രീയ പാർട്ടി രൂപവത്കരിച്ചു.

മുസ്ലിംകളെ സാമുദായികമായി ധ്രുവീകരിക്കാൻ നിമിത്തമായ ഒരു ബുദ്ധിശൂന്യമായ നടപടിയായിരുന്നു ഇത്. അതുകൊണ്ട് കിഴക്കൻ പ്രവിശ്യകളിൽ നാമമാത്ര ഫലമുണ്ടായി എന്ന് സമ്മതിച്ചാൽ പോലും സിംഹള, തമിഴ് ഭൂരിപക്ഷമുള്ള പ്രവിശ്യകളിൽ അതുളവാക്കിയ വൻ പ്രത്യാഘാതങ്ങൾ കാണാതിരുന്നുകൂടാ.

ആഭ്യന്തര യുദ്ധത്തിനു ശേഷം ഉണർന്നുവന്നിട്ടുള്ള ശ്രീലങ്കയുടെ രാഷ്ട്രീയ, സാമ്പത്തിക ഭൂപടത്തെ സിംഹള ദേശീയതയാണ് നിയന്ത്രിച്ചുകൊണ്ടിരിക്കുന്നത്.

മുസ്ലിംകളിൽ സാമ്പത്തികരംഗത്ത് ഉണ്ടായ അഭിവൃദ്ധി, അവരുടെ വ്യവസായങ്ങൾ, പള്ളികൾ, മതാത്മകമായ സാമൂഹിക ദൃശ്യത, ഇസ്ലാമിസ്റ്റ് പാർട്ടികൾ, അറബ് രാജ്യങ്ങളുമായുള്ള ബന്ധങ്ങൾ തുടങ്ങിയ ഒട്ടേറെ ഘടകങ്ങൾ ബുദ്ധ മത തീവ്രവാദം അതിവേഗം വളരുന്നതിന് കാരണമായിട്ടുണ്ട്.

ഈ യാത്രക്കിടെ അനുരാധപുരയിലും കാൻഡിയിലും മുസ്ലിം പള്ളികൾക്ക് നേരെ നടന്ന ബുദ്ധ തീവ്രവാദികളുടെ ആക്രമണത്തെ കുറിച്ച് കേട്ടിരുന്നു.

ഇപ്പോൾ അത് പടർന്നുകൊണ്ടിരിക്കുന്നു.

ആഭ്യന്തര യുദ്ധങ്ങളും വംശീയ സംഘർഷങ്ങളും താൽക്കാലികമായി അടിച്ചമർത്താൻ കഴിഞ്ഞേക്കാം. എന്നാൽ, അത് പുകഞ്ഞു കത്തിക്കൊണ്ടേയിരിക്കും.

അതിന്റെ വേഷങ്ങൾ മാറുന്നു എന്നല്ലാതെ, കൊടികൾ മാറുന്നു എന്നല്ലാതെ ദുരിതങ്ങൾ മാറുന്നില്ല. മൂന്നു പതിറ്റാണ്ട് കാലം നീണ്ട ആഭ്യന്തരയുദ്ധം മനുഷ്യ മനസ്സുകളിൽ ഉണ്ടാക്കിയ അകൽച്ച ഇല്ലാതാക്കാൻ എത്ര നൂറ്റാണ്ട് വേണ്ടിവരും?

യുദ്ധം തകർത്ത കെട്ടിടങ്ങൾ ശ്രീലങ്ക പുതുക്കി പണിതുകൊണ്ടിരിക്കുന്നുണ്ട്.

തകർന്ന കാർഷിക, വ്യവസായ രംഗങ്ങൾ അവർ പതുക്കെ പുനരുജ്ജീവിപ്പിക്കുന്നുണ്ട്.

നിലങ്ങളിൽ ഒളിപ്പിച്ചുവെച്ച മൈനുകൾ എടുത്തുനീക്കികഴിഞ്ഞിട്ടുണ്ട്.

മനുഷ്യ മനസ്സുകളിലെ വംശീയതയുടെ വിഷവിത്തുകൾ ആർക്കും എടുത്തുമാറ്റാനാകില്ല.

ശ്രീലങ്കയിലെ കലങ്ങിമറിയുന്ന രാഷ്ട്രീയാവസ്ഥയെ പറ്റി ചിന്തിക്കുമ്പോൾ പ്രസിദ്ധമായ ബുദ്ധവചനമാണ് മനസ്സിലേക്ക് കടന്നുവരുന്നത്

"ലോകത്തിൽ ഒന്നുംതന്നെ അകാരണമായി സംഭവിക്കുന്നില്ല. ദുരിതങ്ങളൊന്നും അകാരണമായി ഉണ്ടാകുന്നവയല്ല. അവക്ക് കാരണങ്ങൾ ഉണ്ട്. ഒന്നിനു പിറകിൽ മറ്റൊന്നായി, കാരണങ്ങളുടെ ശൃംഖലതന്നെയുണ്ട്. ജാതിയാണ് ദുഃഖങ്ങളുടെ കാരണം. ജനിക്കാത്തവന് ദുഃഖങ്ങളില്ല. ജനനത്തിനു കാരണം ജനിക്കാനുള്ള അനുഭാവമാണ്. അതിനു കാരണം ലൗകിക വസ്തുക്കളോടുള്ള അഭിനിവേശമാണ്. സുഖങ്ങളോടുള്ള തൃഷ്ണയാണ് അഭിനിവേശം ഉണ്ടാക്കുന്നത്."

www.ingramcontent.com/pod-product-compliance
Lightning Source LLC
LaVergne TN
LVHW040804051026
849519LV00007BA/2611
* 9 7 8 9 3 9 0 5 3 5 9 0 3 *